Con mèo của Schrödinger
Thế giới lượng tử của thơ ca

Translated to Vietnamese from the English version of
Schrödinger's Cat

Devajit Bhuyan

Ukiyoto Publishing

Tất cả các quyền xuất bản toàn cầu được nắm giữ bởi

Ukiyoto Publishing

Được đăng trong 2023

Bản quyền nội dung © Devajit Bhuyan

ISBN 9789360162382

Bảo lưu mọi quyền.
Không một phần nào của ấn phẩm này có thể được sao chép, truyền tải hoặc lưu trữ trong hệ thống truy xuất, dưới bất kỳ hình thức nào bằng bất kỳ phương tiện nào, điện tử, cơ khí, sao chụp, ghi âm hoặc cách khác, mà không có sự cho phép trước của nhà xuất bản.
Quyền đạo đức của tác giả đã được khẳng định.

Cuốn sách này được bán với điều kiện là nó sẽ không được trao đổi bằng cách này hay cách khác, được cho mượn, bán lại, cho thuê hoặc lưu hành, mà không có sự đồng ý trước của nhà xuất bản, dưới bất kỳ hình thức ràng buộc hoặc bảo hiểm nào khác ngoài hình thức mà nó được xuất bản.

www.ukiyoto.com

Dành riêng cho Erwin Schrodinger, Max Planck và Warner Heisenberg, ba người lính ngự lâm của Vật lý lượng tử

Mục lục

Entropy sẽ giết chết	2
Tính đối ngẫu năng lượng của vật chất	3
Vũ trụ song song	4
Tầm quan trọng của người quan sát	5
Trí tuệ nhân tạo	6
Không vi phạm yếu tố thời gian	7
Ngày xửa ngày xưa	8
Phương trình Chúa	9
Các cuộc tranh luận triết học	10
Tôi đang tiếp tục và tiếp tục	11
Vở kịch về Chúa và Vật lý	12
Đã từng có một cỗ máy được gọi là Telex	13
Tâm trí của tôi	14
Nếu Đa vũ trụ là Đúng	15
Ma sát	16
Những gì chúng ta biết là không có gì	17
Những ngày tốt lành của sự thật đang đến	18
Sự khác biệt và tích hợp	19
Đại bàng chết đói	20
Khi chúng ta già đi	21
Quên bộ phận do con người tạo ra	23
Điện toán đám mây khiến anh ta trở nên vô hình	24
Chúng tôi đang trực tuyến	25
Ý thức về cuộc sống	26
Con mèo sống dậy	27
Rào cản lớn	28

Cuộc sống không phải là giường hoa hồng, nhưng có ánh nắng mặt trời	29
Supreme Animal	30
Hỡi các nhà khoa học, các nhà khoa học thân mến	31
Cảm xúc của con người và Vật lý lượng tử	32
Điều gì sẽ xảy ra với tính nguyên bản và ý thức?	33
Khi sự mở rộng của vũ trụ kết thúc	34
Tái thiết kế	35
Higgs Boson, Hạt của Chúa	36
Ông già và sự vướng víu lượng tử	37
Mọi người sẽ làm gì?	38
Không gian-Thời gian	39
Vũ trụ không ổn định	40
Tính tương đối	41
Thời gian là gì	42
Suy nghĩ lớn	43
Tự nhiên trả giá cho quá trình phát triển của chính nó	44
Ngày Trái đất	45
Ngày Sách Thế giới	46
Hãy để chúng tôi hạnh phúc trong quá trình chuyển đổi	47
Người quan sát là quan trọng	48
Đủ thời gian	49
Cô đơn không phải lúc nào cũng xấu	50
Me Versus Trí tuệ nhân tạo	51
Câu hỏi về đạo đức	52
Tôi không biết	53
Tôi biết, tôi là người giỏi nhất trong cuộc đua chuột	54
Tạo tương lai của bạn	55
Kích thước bị bỏ qua	56

Chúng tôi ghi nhớ	57
Tự do ý chí	58
Ngày mai chỉ là một niềm hy vọng	59
Sự ra đời và cái chết trong sự kiện Horizon	60
Trò chơi tối thượng	61
Ảo Tưởng Bí Ẩn Về Thời Gian	62
Thượng Đế không chống lại ý muốn bản thân	63
Tốt và xấu	64
Mọi người chỉ đánh giá cao một vài danh mục	66
Công nghệ cho ngày mai tốt đẹp hơn	67
Sự kết hợp giữa trí thông minh nhân tạo và tự nhiên	68
Trong một hành tinh khác	69
Bản Năng Hủy Diệt	70
Người béo chết trẻ	71
Đa nhiệm không phải là cách chữa trị	72
Người bất tử	73
Kích thước kỳ lạ	74
Cuộc sống là cuộc đấu tranh liên tục	75
Bay cao hơn và cao hơn, cảm nhận thực tế	76
Đối phó trong cuộc sống	77
Phải chăng We Heaps Of Atoms là duy nhất?	78
Thời gian là sự phân rã hoặc tiến bộ mà không có sự tồn tại	79
Các Pharaoh	80
Hành tinh cô đơn	81
Tại sao chúng ta cần chiến tranh?	82
Từ bỏ hòa bình thế giới vĩnh viễn	83
Liên kết bị thiếu	84
Phương trình của Chúa là không đủ	85
Sự bình đẳng của phụ nữ	86

Vô cực	87
Beyond The Milky Way	88
Hãy vui vẻ với giải khuyến khích và tiếp tục	89
Covid19 không thể khóa	90
Đừng quá nghèo nàn về tư duy	91
Nghĩ lớn và chỉ cần làm điều đó	92
Chỉ riêng bộ não là không đủ	93
Đếm và Toán	94
Bộ nhớ không đủ	95
Bạn cho nhiều hơn, nhận nhiều hơn	96
Buông bỏ và quên đi cũng quan trọng không kém	97
Xác suất lượng tử	98
Electron	99
Neutrino	100
Đức Chúa Trời là một người quản lý tồi	101
Vật lý là cha đẻ của kỹ thuật	102
Kiến thức của mọi người về nguyên tử	103
Electron không ổn định	104
Lực cơ bản	105
Mục đích của Homo Sapiens	106
Trước khi thiếu liên kết	107
Adam và Eva	108
Những con số tưởng tượng rất khó	109
Đếm ngược	110
Mọi người đều bắt đầu từ con số 0	111
Câu hỏi về đạo đức	112
All-Sin-Tan-Cos	113
Hỏa lực	115
Đêm Và Ngày	116

Ý chí tự do và kết quả cuối cùng	117
Xác suất lượng tử	118
Tỷ Lệ Tử Vong Và Bất Tử	119
Cô Gái Điên Rồ Ở Ngã Tư	120
Nguyên tử so với phân tử	121
Hãy để chúng tôi đưa ra một giải pháp mới	122
Thống kê Fermi-Dirac	123
Tâm lý vô nhân đạo	124
Quy trình kinh doanh	125
Nghỉ ngơi trong hòa bình (RIP)	126
Linh hồn là có thật hay là tưởng tượng?	127
Tất cả các linh hồn có phải là một phần của cùng một gói không?	128
Nhân	129
Ngoài Vật lý	130
Khoa học và Tôn giáo	131
Tôn giáo và đa vũ trụ	132
Tương lai của khoa học và đa vũ trụ	133
Ong mật	134
Cùng kết quả	135
Cái Gì Đó Và Không Có Gì	136
Thơ hay nhất	137
Nhuộm tóc của bạn	138
Người không ổn định	139
Hãy để thơ ca đơn giản như vật lý	140
Max Planck Vĩ Đại	141
Tầm quan trọng của người quan sát	142
Chúng tôi không biết	144
Những gì đang nổi lên	145
Ether	147

Độc lập không phải là tuyệt đối	148
Tiến hóa cưỡng bức, Điều gì sẽ xảy ra?	149
Die Young	151
Tính quyết định, tính ngẫu nhiên và ý chí tự do	153
Vấn đề	155
Cuộc sống cần những hạt nhỏ	157
Đau đớn và khoái cảm	158
Lý thuyết vật lý	160
Bất cứ điều gì đã xảy ra đã xảy ra	161
Tại sao cảm xúc lại đối xứng?	162
Trong bóng tối sâu thẳm, chúng ta cũng tiếp tục	164
Trò chơi của sự tồn tại	165
Chọn lọc và tiến hóa tự nhiên	167
Vật lý và mã DNA	168
Thực tế là gì?	170
Lực lượng đối lập	172
Đo lường thời gian	173
Không sao chép, gửi luận án của riêng bạn	175
Mục đích của cuộc sống không phải là nguyên khối	177
Cây cối có mục đích gì không?	179
Vàng cũ sẽ vẫn là vàng	181
Thách thức cho tương lai	183
Vẻ đẹp và tính tương đối	185
Cân bằng động	186
Không ai có thể ngăn cản tôi	187
Tôi chưa bao giờ thử hoàn hảo, nhưng đã cố gắng cải thiện	188
Giáo viên	190
Sự hoàn hảo ảo tưởng	191
Bám sát các giá trị cốt lõi của bạn	192

Phát minh về cái chết	193
Tự tin	194
Chúng tôi vẫn thô lỗ	195
Tại sao chúng ta trở nên hỗn loạn?	196
Sống hay không sống?	197
Hình ảnh lớn hơn	198
Mở rộng tầm nhìn của bạn	199
Tôi biết.	201
Đừng tìm kiếm mục đích và lý do	202
Yêu thiên nhiên	203
Sinh ra tự do	205
Tuổi thọ của chúng tôi luôn ổn	207
Tôi Không Hối Tiếc	208
Đi ngủ sớm và dậy sớm	209
Cuộc sống đã trở nên đơn giản	210
Trực quan hóa chức năng sóng	211
Tám tỷ	213
Tôi	214
Thoải mái là say mê	215
Tự Do Ý Chí Và Mục Đích	216
Hai loại	217
Hãy đánh giá cao các nhà khoa học	218
Cuộc sống ngoài nước và oxy	219
Nước và đất	221
Vật lý có hài hòa	222
Khoa học trong lĩnh vực tự nhiên	223
Giả thuyết và luật phát triển	224
Giới thiệu về tác giả	226

Con mèo của Schrödinger

Chúng ta đang ở bên trong hộp đen bị giới hạn bởi không gian, thời gian, vật chất và năng lượng

Trong lĩnh vực không gian và thời gian, chúng ta đang bận rộn chuyển đổi thành sức mạnh tổng hợp

Ngoài ra, chúng ta chuyển đổi năng lượng thành vật chất thông qua sự tích tụ chất béo trong cơ thể

Nhưng trong ranh giới của chiếc hộp đen, cuộc sống của chúng ta kết thúc và mọi thứ đều ổn định.

Không ai biết những gì vượt ra ngoài hộp đen trong thiên hà vô hạn này

Không có công nghệ để xác minh vật lý, những gì có ở rìa vũ trụ

Bí mật bên ngoài chiếc hộp đen, sức mạnh vô danh bảo tồn

Chúng ta có thể mang con mèo của Schrodinger ra khỏi hộp

Ngay cả khi đó, để thoát ra khỏi nghịch lý, sẽ không dễ dàng và đơn giản

Để biết được sự thật cuối cùng của cuộc sống, con người sẽ luôn phải đối mặt với rắc rối.

Entropy sẽ giết chết

Entropy của vũ trụ đang tăng lên từng ngày, tôi có thể cảm nhận được nó

Nhưng chúng tôi không có bất kỳ máy móc hoặc phương pháp nào để làm chậm

Chúng ta cũng không có bất kỳ định luật vật lý nào để phát minh ra máy thổi xuống

Chỉ biết sự thật thôi thì chưa đủ, chúng ta cần giải pháp

Mỗi ngày trước mặt chúng ta xảy ra sự hủy diệt không mong muốn

Để tăng entropy, mỗi tháng dân số ngày càng tăng

Quá trình không thể đảo ngược của entropy có thể sớm trở nên tối đa

Nhân loại và động vật tối cao, sẽ buộc phải di chuyển lên mặt trăng

Đừng cười nhạo các thế hệ lớn tuổi, không đủ thông minh nếu không có nhựa

Ít nhất, hiện tượng entropy ngày càng tăng, không hề mộc mạc.

Tính đối ngẫu năng lượng của vật chất

Tính đối ngẫu vật chất và năng lượng rất đơn giản
Mỗi khoảnh khắc, hàng tỷ ngôi sao đang làm điều đó
Các thiên hà tồn tại dưới dạng vật chất
Và vật chất của các thiên hà biến mất dưới dạng năng lượng
Nhưng tổng của tất cả vật chất và năng lượng bằng không
Ở giữa, phản vật chất và năng lượng tối là những anh hùng vô danh
Mỗi khoảnh khắc chúng ta chơi với vật chất và năng lượng
Nhưng vẫn còn lâu mới phát minh ra một kỹ thuật đơn giản
Trong lĩnh vực thời gian và không gian, sự tồn tại của chúng ta bị hạn chế
Ngày chúng ta học công nghệ đơn giản để chuyển đổi vật chất và năng lượng
Rào cản về thời gian và không gian sẽ không còn là vô tận
Chúa sẽ ở trong hộp Schrödinger với con mèo
Vũ trụ có thể được cai trị bởi robot thông minh nhân tạo, được gọi là dơi bay.

Vũ trụ song song

Tôn giáo nói từ thời xa xưa về sự tồn tại của vũ trụ song song

Vật lý và cộng đồng khoa học nói với nó tưởng tượng và sự thiếu hiểu biết

Khi Vật lý đi sâu hơn và không thể giải thích nhiều hiện tượng tự nhiên

Bây giờ, họ đang nói rằng để giải thích những điều đó, vũ trụ song song là một lời giải thích

Nhưng đối với những suy nghĩ ngàn năm tuổi, các nhà khoa học sẽ không công nhận

Vật lý hạt, bản thân vật lý hạ nguyên tử là một tư tưởng triết học

Được chứng thực bởi thí nghiệm khoa học, chỉ sau khi trải qua nhiều thập kỷ

Tuy nhiên, triết lý tương tự được giải thích ở định dạng ngôn ngữ khác nhau, họ từ chối

Đây là hội chứng tư duy hộp đen của cộng đồng khoa học

"Những gì chúng ta không biết không phải là kiến thức" không được chấp nhận trong khoa học

Một khi vũ trụ song song, nếu được chứng minh, để phán xét, họ sẽ duy trì sự im lặng.

Tầm quan trọng của người quan sát

Khi chúng ta mở hộp Schrödinger trong khoảng thời gian

Con mèo bên trong hộp có thể còn sống hoặc đã chết và là vấn đề xác suất

Không người quan sát nào từ bên ngoài có thể dự đoán nó một cách tự tin và xác nhận

Nhưng khi chúng ta quan sát, tình hình có thể sẽ khác

Đó là lý do tại sao, đối với chân trời sự kiện, người quan sát rất quan trọng

Trong thí nghiệm khe đôi, các hạt hoạt động khác nhau khi quan sát

Tại sao nó lại xảy ra với các hạt vướng víu, không có lời giải thích nào về vấn đề này

Thông tin giữa các hạt vướng víu di chuyển nhanh hơn ánh sáng

Vì vậy, trong tương lai, giao tiếp với ngoại hành tinh và người ngoài hành tinh rất sáng sủa.

Trí tuệ nhân tạo

Không có máy bơm như trái tim, cần thiết để bơm nước lên đỉnh cây dừa

Máy móc không thể thu thập mật ong từ hoa mù tạt như ong

Từ cùng một loại đất, cây có thể tạo ra thứ ngọt, chua và đắng

Đối với trí tuệ nhân tạo, nó sẽ là một trò chơi khác để chơi trong vòng của tự nhiên

Nếu tất cả mọi thứ được thực hiện bởi robot có trí tuệ nhân tạo và năng lượng mặt trời

Không có mục đích hay lý do gì để sống mãi trên hành tinh trái đất cho con người

Đây là thời điểm thích hợp để con người du hành đến các hành tinh và thiên hà khác

Chúng ta nên cố gắng ký mã di truyền mới cho cơ thể bất tử

Tôi không quan tâm đến việc sống vô thời hạn dưới máy tính thông minh

Hãy để tôi chết với suy nghĩ độc lập ngày hôm nay, ngay cả khi thời gian không nhớ.

Không vi phạm yếu tố thời gian

Trong vũ trụ vô hạn, tốc độ ánh sáng quá chậm

Đây có thể là một biện pháp phòng ngừa an toàn để bảo vệ tính cá nhân của các hành tinh

Để người ngoài hành tinh và con người không thể tham gia vào các cuộc chiến thường xuyên

Các nền văn minh khác có thể đang phát triển mạnh mẽ trong các ngôi sao cách xa hàng tỷ năm ánh sáng

Di chuyển nhanh hơn ánh sáng có thể không tốt cho tương lai của homo sapiens

Chúng ta đừng phá vỡ van an toàn của tốc độ mà không biết hậu quả

Đường hầm trong chiều thời gian sẽ làm đảo lộn nền văn minh

Ngay cả một loại vắc-xin covid19 được sử dụng để đối mặt với vi-rút, hiện đang tạo ra sự tàn phá sức khỏe

Một thanh niên khỏe mạnh đang chết mà không có lý do gì từ đàn chiên của chúng tôi

Một nửa kiến thức còn tệ hơn cả sự thiếu hiểu biết hoặc không có kiến thức nào cả

Với sự phá vỡ tốc độ ánh sáng, và đường hầm kịp thời, homo sapiens có thể sụp đổ.

Ngày xửa ngày xưa

Ngày xửa ngày xưa, mọi người nghĩ rằng mặt trời di chuyển quanh mặt trời

Nó chìm trong đại dương vào buổi tối và trở lại vào buổi sáng

Mặt trời cần sự cho phép của Chúa mỗi sáng để ra ngoài

Làm thế nào ngu dốt và không khoa học, những người của những ngày nguyên thủy

Trong hàng triệu năm, con người không biết chế tạo bom hạt nhân

Thật tốt khi họ xây dựng kim tự tháp, tượng đài và lăng mộ lớn

Nếu không, chúng ta đã không đạt đến thời đại của nền văn minh hiện đại

Trong thời đại trung cổ, nền văn minh nhân loại sẽ bị lãng quên

Một khi chúng ta đã được dạy về Eather(Ether) mà qua đó ánh sáng lan truyền

Bây giờ các nhà khoa học nghĩ rằng, quá rỗng là những người được gọi là nhà vật lý

Ngày nay không ai biết big-bang, trạng thái ổn định, đa câu hoặc lý thuyết dây, điều này đúng

Nhưng với lý thuyết trạng thái ổn định, không có khởi đầu hay kết thúc của vũ trụ, các tôn giáo rất chặt chẽ

Các hành tinh, ngôi sao và thiên hà sinh ra và chết đi như con người

Đối với con người, quy mô của thời gian và các chiều không gian khác nhau là một chuyện khác.

Phương trình Chúa

Có phải chúng ta chỉ là một đống nguyên tử giống như bất kỳ vật chất sống và không sống nào khác?

Hoặc sự kết hợp của các nguyên tử trong cơ thể con người hoàn toàn khác biệt so với các nguyên tử khác

Chỉ có sự kết hợp của các nguyên tử khác nhau mới không thể truyền vào ý thức

Với con người, robot và máy tính có trí tuệ nhân tạo có sự khác biệt

Một khi chúng ta được cho biết rằng các nguyên tử là những hạt nhỏ nhất tồn tại

Proton dương, neutron trung tính và electron âm là những khái niệm cơ bản

Bây giờ khi chúng ta đi sâu hơn và sâu hơn, chúng ta biết rằng điều này không đúng

Các hạt cơ bản có thể là photon, boson hoặc chỉ là rung động của dây

Một số nhà khoa học đang nói rằng vấn đề có thể chỉ là thông tin

Điều đó kết hợp theo mã để đưa ra các đại diện khác nhau

Nhưng liên quan đến ý thức và nguồn gốc của nó, chúng ta không có giải pháp

Chúng ta hãy vui vẻ ăn táo và rượu vang làm từ nó

Cho đến khi các nhà khoa học tìm ra phương trình của Chúa, nơi mọi thứ sẽ phù hợp.

Các cuộc tranh luận triết học

Các cuộc tranh luận triết học, trứng đến trước, hoặc con chim đến trước

Logic cho cả hai bên đều mạnh mẽ và mạnh mẽ như nhau

Trong trường hợp vật chất và năng lượng, không có cuộc tranh luận nào như vậy

Từ năng lượng, vũ trụ ra đời là sự thật có thật

Năng lượng không thể được tạo ra hoặc phá hủy là mô hình cũ

Khái niệm nhị nguyên vật chất năng lượng từ lâu Einstein đã nói

Bản chất vật chất và sóng của các hạt cũng mở ra

Sự tồn tại của quá nhiều hạt cơ bản hoặc sơ cấp

Liên quan đến các khối xây dựng cuối cùng của ý kiến vũ trụ luôn luôn là sự khác biệt

Không thể lồng toàn năng như con mèo của Schrödinger

Cho đến khi chúng ta nhốt con mèo, chúng ta hãy ăn, mỉm cười, yêu thương và đi bộ để có cái chết tốt hơn.

Tôi đang tiếp tục và tiếp tục

Vũ trụ đang mở rộng không ngừng
Tôi cũng đang tiếp tục và tiếp tục trong hành trình của mình
Đôi khi nắng, đôi khi mưa
Đôi khi sấm sét và đôi khi bão
Nhưng tôi chưa bao giờ dừng lại, tiếp tục và tiếp tục;
Hành trình luôn không suôn sẻ và dễ dàng
Những cái gai đâm vào ngón chân, tôi tự gỡ mình ra
Nơi không có cầu vượt sông
Tôi tự đóng thuyền và băng qua đó
Nhưng tôi không bao giờ dừng lại, tiếp tục và tiếp tục;
Đôi khi trong đêm tối nhất, tôi mất phương hướng
Tuy nhiên, những con đom đóm đã chỉ ra con đường để đi tiếp
Trên con đường trơn trượt, tôi đã ngã nhiều lần
Tôi nhanh chóng đứng dậy và nhìn những ngôi sao đang nhấp nháy
Nhưng tôi không bao giờ dừng lại, mà cứ tiếp tục;
Chưa bao giờ cố gắng đo khoảng cách mà tôi đã đi qua
Không tính lãi và lỗ, luôn tiến về phía trước
Không mong đợi sự khuyến khích từ người ngoài cuộc
Không bao giờ lãng phí thời gian với những người bế tắc, làm những điều ngớ ngẩn
Từ lâu, tôi đã nhận ra, trong cuộc sống không có gì là vĩnh cửu, hành trình là phần thưởng.

Vở kịch về Chúa và Vật lý

Trọng lực, điện từ, lực hạt nhân mạnh và yếu là cơ bản

Đó là lý do tại sao vũ trụ năng động và không đứng yên hoặc tĩnh tại

Vật chất, năng lượng, không gian và thời gian trong bốn chiều này, người sáng tạo chơi

Có những chiều không gian chưa được khám phá cũng tồn tại, các nhà khoa học hiện nay cho biết

Lý do tồn tại của năng lượng tối và hành vi vẫn chưa được biết

Mặc dù bộ não con người giống hệt nhau, nhưng ý thức của mỗi người khác nhau

Đối với sự tồn tại của vũ trụ và cả Thiên Chúa, ý thức là quan trọng

Sự vướng víu lượng tử không tuân theo giới hạn tốc độ tối đa

Du hành thời gian và du hành đến các thiên hà khác, giấy phép vướng víu

Khi chúng ta đi sâu hơn và sâu hơn, ngày càng có nhiều câu hỏi xuất hiện

Trò chơi giữa vật lý và Thiên Chúa thực sự thú vị và vui nhộn.

Đã từng có một cỗ máy được gọi là Telex

Một ngày nào đó thế hệ mới sẽ nghi ngờ, có PCO cho một cuộc gọi điện thoại

Máy telex và fax, mặc dù chúng tôi đã sử dụng, bây giờ chúng tôi rất ngạc nhiên

Quán cà phê internet đã chết ngay trước mắt chúng tôi, mà không có bất kỳ thông báo nào

Nhưng người đàn ông tội nghiệp ăn xin trước quán cà phê vẫn tồn tại

Hộp âm thanh lớn của băng cassette và đầu đĩa CD hiện đã bị bỏ lại ở nhà

Nhưng hộp âm thanh và hệ thống địa chỉ công cộng chịu được thời gian

Mặc dù, đối với truyền thông, internet, phương tiện truyền thông xã hội là ưu tiên hàng đầu

Công nghệ luôn vì ngày mai tốt đẹp hơn và cải thiện cuộc sống

Nhưng nó không thể làm giảm số lượng ly hôn giữa vợ và chồng

Ngay cả trong thời kỳ đỉnh cao của nền văn minh hiện đại, nghèo đói vẫn tồn tại

Ở nhiều quốc gia, tư duy của rất nhiều người là phi lý và phân biệt chủng tộc

Vật lý và công nghệ không có câu trả lời, làm thế nào để ngăn chặn chiến tranh và tội phạm

Phát triển công nghệ cho một thế giới hòa bình và cải thiện tình anh em là ưu tiên hàng đầu.

Tâm trí của tôi

Tâm trí của tôi không bao giờ cho phép tôi ghen tuông
Tâm trí của tôi không bao giờ cho phép tôi nhẫn tâm
Tức giận và ghét không phải tách trà của tôi
Tốt hơn là tôi nên ở một mình gần biển
Hòa bình và yên tĩnh tôi luôn thích
Thay vì cãi nhau, tình anh em tốt hơn
Từ bạo lực, tôi luôn cố gắng tránh xa
Vì sự thật và trung thực, tôi sẵn sàng trả giá
Những người tham nhũng, tôi cố gắng tránh xa
Tôi phải chịu đựng rất nhiều lo lắng và căng thẳng
Để bảo vệ môi trường, tôi không có giải pháp
Chiến tranh và ô nhiễm khiến tôi bị trầm cảm
Sức khỏe tinh thần của nhân loại đang xuống cấp.

Nếu Đa vũ trụ là Đúng

Nếu đa vũ trụ và lý thuyết vũ trụ song song là đúng

Sau đó, đối với sự tồn tại của con người trên trái đất có một đầu mối

Nền văn minh tiên tiến nhất có thể đã sử dụng trái đất làm nhà tù

Con người là loài động vật độc ác nhất, đó có thể là lý do

Các yếu tố xấu của nền văn minh tốt đã được vận chuyển đến thế giới

Nền văn minh tiên tiến sau đó đã thoát khỏi nếp gấp xấu xa

Con người bị bỏ lại trên trái đất trong rừng rậm với khỉ

Không có bất kỳ công cụ hoặc giải quyết những con người xấu bắt đầu cuộc sống trở lại

Sau cái chết của thế hệ đầu tiên, có sự cố về thông tin cũ

Trẻ sơ sinh trên thế giới phải bắt đầu lại từ đầu vấn đề cuộc sống của chúng

Mặc dù nền văn minh đã di chuyển và phát triển rất nhiều

Với DNA của kẻ xấu và tội phạm, xã hội loài người vẫn mục rữa

Nền văn minh tiên tiến sẽ không bao giờ cho phép con người tiếp cận họ

Họ biết, DNA xấu của tổ tiên cũ sẽ một lần nữa cố gắng phá hủy sự lãnh đạo của họ.

Ma sát

Rất ít người biết rằng hệ số ma sát là mew

Không có ma sát, trên hành tinh này, cuộc sống không thể đổi mới

Việc tạo ra sự sống bắt đầu với ma sát của các cơ quan nam và nữ

Thông qua ma sát, trẻ sơ sinh đi kèm với khẩu hiệu khóc

Không có ma sát, lửa không thể hiện ngọn lửa của nó

Vụ hỏa hoạn đã thay đổi toàn bộ trò chơi văn minh nhân loại

Bánh xe không thể di chuyển về phía trước mà không có lực ma sát

Để dừng phương tiện di chuyển nhanh của bạn, ma sát là nguồn chính

Nếu không có ma sát, máy bay phản lực khổng lồ của bạn sẽ không dừng lại ở đường băng

Cất cánh khỏi máy bay chiến đấu để đánh bom các thành phố sẽ ở rất xa

Ma sát của tâm trí dẫn đến việc tạo ra nhiều sử thi

Giống như trọng lực, ma sát cũng là một lực tự nhiên cơ bản

Ma sát của bản ngã là nguy hiểm và dẫn đến chiến tranh lớn

Điều đó có thể đặt nền văn minh nhân loại vào tình trạng nguy hiểm lớn

Ma sát là tốt và xấu, tùy thuộc vào công dụng của nó

Không có ma sát, sự sống trên hành tinh sẽ tuyệt chủng, trái đất không ai có thể sử dụng được.

Những gì chúng ta biết là không có gì

Những gì vật lý biết chỉ là phần nổi của tảng băng trôi

Những gì vật lý không biết là vật lý thực sự

Năng lượng tối và vật chất tối, điều khiển động lực học thực tế

Những gì chúng ta biết về vật chất, năng lượng và thời gian chỉ là cơ bản

Ranh giới của vũ trụ là chưa biết và ảo tưởng

Phản vật chất và vũ trụ song song có thật hay không vẫn chưa được biết

Vài nghìn năm trước, khái niệm đa vũ trụ đã bị thổi phồng

Trước Big-Bang cũng đã có các thiên hà mà bây giờ chúng ta biết

Sự tiến bộ của vật lý rất nhanh, nhưng trong lĩnh vực thời gian chậm

Vũ trụ đang mở rộng với tốc độ nhanh hơn kiến thức của chúng ta

Chúng ta phải thừa nhận rằng chúng ta biết rất ít về vũ trụ và sự rộng lớn của nó.

Những ngày tốt lành của sự thật đang đến

Khi nào chúng ta có thể di chuyển nhanh hơn ánh sáng

Tương lai của nền văn minh nhân loại sẽ tươi sáng

Từ một hành tinh xa xôi cách xa hàng tỷ năm ánh sáng

Những gì đã xảy ra trong quá khứ chúng ta có thể dễ dàng nói

Câu chuyện có thật về Đức Phật, Chúa Giêsu, Muhammad sẽ được tiết lộ

Không có gì sai trong sách giáo khoa tôn giáo sẽ chiếm ưu thế

Con đường dẫn đến sự thật trong tương lai sẽ vững chắc, và những lời nói dối sẽ không bao giờ bền vững

Con đường của sự thật, niềm tin và cam kết, mọi người sẽ duy trì

Những người xấu và tội phạm, chính phủ thế giới sẽ giam giữ

Họ sẽ bị trục xuất đến nhà tù cách xa hàng tỷ năm ánh sáng.

Sự khác biệt và tích hợp

Khi chúng ta phân biệt con người trên và trên

Cuối cùng chúng tôi cũng bắt được khỉ ăn trái cây trên cây

Nhưng khi chúng ta tích hợp con người nguyên thủy vào và vào

Cuối cùng chúng ta cũng có được Đức Phật, Chúa Giêsu và Einstein

Vì vậy, tích hợp quan trọng hơn sự khác biệt

Tích hợp là con đường hướng tới việc tìm ra sự thật và giải pháp cho vấn đề

Phân hóa là di chuyển về phía sau và sau đó là phá hủy

Gen người biết về quá trình chọn lọc tự nhiên thích hợp nhất

Tuy nhiên, đối với quyền tối cao và để giành chiến thắng theo cách không tự nhiên, họ trở nên tàn nhẫn nhất

Thao túng thiên nhiên thông qua quá trình không tự nhiên là không có đạo đức

Đối với tính bền vững lâu dài, việc đẩy nhanh quá trình tự nhiên là kỳ quái.

Đại bàng chết đói

Vương quốc động vật đang đau khổ vì trí thông minh của con người

Trí tuệ nhân tạo có thể bùng nổ và tạo ra Frankenstein

Con người có thể trở thành nô lệ cho sự sáng tạo của chính mình, để tìm kiếm cuộc sống tốt đẹp hơn

Robot có trí tuệ nhân tạo có thể biến thành con dao nguy hiểm

Con người sẽ sống ba trăm năm như rùa như thế nào?

Sẽ có nhiều sự tàn phá thiên nhiên và tiếng ồn không mong muốn

Chỉ ăn và giết thời gian trong thế giới ảo kỹ thuật số là vô nghĩa

Tốt hơn là chết và sống như dữ liệu kỹ thuật số trong mạng như tín hiệu

Nếu một nền văn minh tiên tiến nào đó bắt được tín hiệu và giải mã nó

Đối với nghiên cứu và phát triển của họ, dữ liệu não của chúng ta có thể phù hợp

Kỹ thuật di truyền có thể nguy hiểm như trí tuệ nhân tạo

Thảm họa lớn hơn covid19 có thể quét sạch con người do sơ suất nhỏ

Nhưng bộ não và tâm trí con người sẽ không dừng lại mà không đối mặt với tình huống

Tâm trí con người - bộ não luôn có xu hướng bay như một con đại bàng trong cơn đói.

Khi chúng ta già đi

Trong hành trình của cuộc sống, khi chúng ta già đi và già đi
Cần phải xóa nhiều thứ khỏi tập hồ sơ cuộc sống
Hành trình của cuộc sống là người thầy tốt nhất và làm cho chúng ta khôn ngoan hơn
Nhưng mang tải không cần thiết, vai của chúng ta trở nên yếu hơn
Phần lớn thông tin trong quá khứ không có giá trị
Vì vậy, tốt hơn là nên xóa và làm mới tâm trí
Trong kịch bản đã thay đổi, những điều mới chúng ta phải tìm
Thay vì chỉ trích, với mọi người, chúng ta nên tử tế
Mỗi ngày chúng ta đang tiến tới cái chết là thực tế
Lãng phí thời gian và năng lượng trong tranh chấp chỉ là vô ích
Thông qua kinh nghiệm nếu chúng ta không học được sự khôn ngoan
Khi chết, chúng ta sẽ để lại một vương quốc cằn cỗi
Sớm hơn chúng ta nhận ra thực tế của cuộc sống và sự không chắc chắn của cuộc hành trình
Chúng ta có thể tránh được những cuộc cãi vã và lo lắng không cần thiết của tourney
Mỉm cười và vui vẻ quan trọng hơn khi chúng ta già đi
Nhiều khả năng mới, nụ cười có thể dễ dàng mở ra
Nếu không, câu chuyện của chúng ta sẽ bị lãng quên và vẫn chưa được kể
Mọi người già và khôn ngoan đều nhận ra rằng không có quá khứ và tương lai

Người sớm nhận ra điều đó, có thể tránh được sự tra tấn không mong muốn của cuộc sống.

Quên bộ phận do con người tạo ra

Cho dù chúng ta đang sống trong một hành tinh cô đơn hay trong đa vũ trụ là không quan trọng

Trong hàng tỷ năm, sự sống xuất hiện trên hành tinh này và phát triển mạnh mẽ

Nền văn minh đã đến và nền văn minh đã biến mất vì những sai lầm của chính họ

Nhưng bây giờ do sự nóng lên toàn cầu, cả hành tinh đang gặp khó khăn

Trừ khi con vật tối cao sớm nhận ra điều đó, mọi thứ sẽ sụp đổ

Mặc dù không ai có thể dự đoán chính xác lộ trình và ngày tận thế

Nếu chúng ta không cảm nhận từ trái tim và hành động, sớm hơn sẽ là thảm họa diệt chủng

Cùng với việc tìm kiếm một hành tinh đa vũ trụ, dập tắt cháy rừng là điều quan trọng

Nếu sự sụp đổ môi trường diễn ra nhanh chóng, công nghệ sẽ bất lực

Nhìn về phía chân trời xa xôi, nhân loại không nên đánh mất tầm nhìn gần nhất của mình

Để cứu hành tinh, hãy chủ động và quên đi sự chia rẽ do con người tạo ra.

Điện toán đám mây khiến anh ta trở nên vô hình

Điện toán đám mây bằng máy tính lượng tử

Tuy nhiên, do cùng một nhà cung cấp địa phương giao

Anh ta đi cùng với chiếc xe tải giao hàng cũ kỹ, đổ nát của mình

Lấy tài liệu trả trước từ các cổng thông tin, chúng tôi cảm thấy rất vui

Trước đây chúng tôi thường gọi cho anh ấy qua điện thoại của chúng tôi mà không thông minh

Khi chúng tôi ra lệnh cho anh ấy, với một buổi sáng tốt lành và mỉm cười, anh ấy bắt đầu

Em đã sử dụng bút và bút chì để viết ra danh sách các mục

Bất kỳ sự nhầm lẫn nào, anh ta ngay lập tức gọi lại để sửa chữa

Bây giờ anh ta chỉ đơn thuần là đại lý xử lý và phân phối của công ty điện toán đám mây

Với khách hàng của mình, ông mất liên lạc và hài hòa

Công nghệ làm cho anh ta chỉ đơn thuần là một cỗ máy giao hàng giống như robot

Đối với khách hàng và khách truy cập cũ của mình, anh ta chỉ là mối liên kết vô hình.

Chúng tôi đang trực tuyến

Nghe có vẻ tốt, chúng tôi không có thật, nhưng những thứ ảo

Những gì chúng ta nhìn thấy, cảm nhận và nghe thấy đều là hình ảnh ba chiều

Chỉ có thông tin và dữ liệu được lưu trữ trong hạt giống và tinh trùng

Mọi thứ đều được lập trình bởi các hạt lượng tử trong một thời hạn

Các giác quan của chúng ta không được lập trình để nhìn thấy proton, neutron hoặc electron

Các cơ quan của chúng ta cũng không được lập trình để nhìn thấy không khí, vi khuẩn và vi rút

Những gì chúng ta không thể cảm nhận qua các cơ quan của chúng ta tồn tại nhưng ảo

Trong vũ trụ vô tận, chúng ta cũng không có thật mà chỉ là ảo đối với người khác

Hình ảnh ba chiều được lập trình hoàn hảo đến mức chúng ta nghĩ rằng chúng ta là có thật

Vì vậy, chúng tôi cũng cảm thấy như vậy khi chơi trò chơi ảo với những người chơi không xác định

Thực tế ảo trong cuộc sống của chúng ta là thực tế thực tế đối với chúng ta

Trí thông minh hạn chế được truyền đạt trong hình ba chiều là chính xác

Sẽ mất hàng tỷ năm để trí thông minh của con người mở ra vũ trụ

Vào thời điểm đó, vũ trụ có thể bắt đầu cuộc hành trình ngược lại.

Ý thức về cuộc sống

Ý thức của cuộc sống là sự kết hợp của DNA, giáo dục, niềm tin và kinh nghiệm

Ý thức của con người mang lại cho con người trí thông minh và sự tò mò cao hơn

Vương quốc động vật bị mắc kẹt trong cùng một mức độ thông minh và hoạt động để tồn tại

Để cứu động vật khỏi bệnh do vi khuẩn và vi rút, có hoạt động của con người

Động vật dễ bị tổn thương hơn trước quá trình tự nhiên của bệnh tật và cái chết

Chỉ thông qua khả năng miễn dịch và nhân lên tự nhiên, các loài động vật mới tồn tại

Sau khi tuyệt chủng khỏi trái đất, chưa có loài nào từng tự động hồi sinh

Không ai biết làm thế nào và tại sao con người có ý thức cao hơn

Giáo dục, đào tạo và tìm tòi cho phép nền văn minh nhân loại tiến bộ

Kiến và ong mật vẫn giữ nguyên như năm nghìn năm trước

Mặc dù kỷ luật, sự cống hiến và liêm chính xã hội của họ, con người vẫn cố gắng tuân theo

Ý thức của mỗi sinh vật là khác nhau và độc đáo

Sự đa dạng của các sinh vật sống này có thể được tích hợp thông qua sự vướng víu lượng tử

Tôn giáo tin rằng mọi thứ đều vướng mắc với Chúa

Để chấp nhận sự vướng víu như một phần của siêu ý thức, khoa học không có tâm trạng.

Con mèo sống dậy

Con mèo ra khỏi hộp sống động và khỏe mạnh

Các nhà khoa học có mặt tại sự kiện vỗ tay liên tục

Thấy quá nhiều người vỗ tay, chú mèo đột nhiên biến mất

Chu kỳ bán rã của mèo và chất phóng xạ đã cứu mèo

Nguyên tắc không chắc chắn có hiệu quả trong việc cứu sống, người ta có thể đặt cược

Cơ hội Chúa cứu mạng con mèo là năm mươi lăm

Bản thân điều đó cũng là nguyên tắc không chắc chắn của Heisenberg

Mặc dù Stephen Hawking nói rằng Chúa có thể không có vai trò trong việc tạo ra thế giới

Nhưng đối với sự không chắc chắn của cuộc sống và các sự kiện, sự hiện diện của Thiên Chúa, tâm trí con người mở ra

Trừ khi chúng ta nhốt con mèo và dự đoán hoàn hảo tương lai của nó

Khoa học sẽ không thể nhốt Chúa và sự không chắc chắn của tự nhiên.

Rào cản lớn

Tập trung là bản năng cơ bản để sinh tồn

Một thợ săn không thể giết chết lời cầu nguyện của mình mà không tập trung

Các cầu thủ cricket tập trung vào quả bóng và gậy

Các cầu thủ bóng đá tập trung vào bóng và lưới

Trong cuộc sống hàng ngày, tập trung không phải là một nhiệm vụ khó khăn

Những người thành thạo nghệ thuật, tiến bộ nhanh

Một chàng trai trẻ có thể dễ dàng tập trung vào một cô gái xinh đẹp

Nhưng rất khó để suy ra một phương trình vi phân

Để làm chủ toán học, trọng tâm là giải pháp

Tập trung có thể tập trung ánh sáng mặt trời để đốt lửa trên giấy

Thực hành làm cho sự tập trung trở nên hoàn hảo và kết quả thông minh

Trong cuộc sống, không thể tập trung và tập trung là một rào cản lớn.

Cuộc sống không phải là giường hoa hồng, nhưng có ánh nắng mặt trời

Chúng tôi mơ ước, hy vọng và mong đợi cuộc sống sẽ là một chiếc giường hoa hồng

Con đường chúng ta đi phải bằng phẳng và vàng óng

Nhưng thực tế lại hoàn toàn khác, phức tạp và ảo tưởng

Sự tồn tại của chúng ta là do sự bất ổn của nguyên tử

Để trở thành phân tử, mỗi khoảnh khắc chúng kết hợp

sự không chắc chắn là một phần vốn có trong cuộc sống của chúng ta trong mỗi lần đi bộ

Giường hoa hồng chỉ có thể có trong truyện cổ tích

Cuộc sống của chúng ta buộc phải di chuyển trên những con đường gập ghềnh

Đèn đỏ có thể phát sáng vào thời điểm không thích hợp nhất

Nếu chúng ta cố gắng vội vàng, các lực lượng không xác định sẽ áp đặt tiền phạt

Ngay cả trong sự không chắc chắn của cuộc sống, vẫn có ánh nắng mặt trời

Hành trình cuộc sống đầy ắp những cơ hội, thành công, khả năng của bạn quyết định.

Supreme Animal

Cuộc sống trong vũ trụ song song sẽ như thế nào là một câu hỏi lớn

Trừ khi con người có thể thực hiện dịch chuyển tức thời, không có giải pháp hoàn hảo

Cho đến bây giờ chúng tôi không thể tìm thấy vị trí chính xác của một chuyến bay Malaysia bị mất tích

Nói về dạng sống chính xác mà không ghé thăm ngoại hành tinh là không đúng

Bất cứ điều gì các nhà khoa học nói sẽ vẫn là thôi miên cho đến khi chúng ta đến thăm họ

Trong cuộc sống của họ và chi phối những thứ vật chất, có thể có những lĩnh vực khác nhau

Tất nhiên, họ có thể không đi trên đầu và ăn qua lỗ đít

Nhưng nếu không quan sát từ gần, thực tế sẽ không bao giờ mở ra

Các sinh vật tiên tiến của vũ trụ song song có thể sống dưới một số chất lỏng

Những sinh vật sống của nàng tiên cá trong những câu chuyện của trẻ em có thể đang cai trị ở đó

Cơ hội để biết mọi thứ từ trái đất thông qua tín hiệu là rất hiếm

Trừ khi chúng ta khám phá mọi ngóc ngách của vũ trụ vô tận

Tuyên bố con người, những người cai trị vũ trụ là giả thuyết giống như rêu.

Hỡi các nhà khoa học, các nhà khoa học thân mến

Vũ trụ được dệt đẹp và hoàn hảo

Sự sống và cái chết là một phần của chu kỳ tươi đẹp của nó

Không làm cho con người bất tử thông qua kỹ thuật di truyền

Con người đã phá hủy sự cân bằng sinh thái của trái đất

Đa dạng sinh học trong sinh vật là một phần không thể tách rời

Hàng tỷ năm đã trôi qua và sự tiến hóa rất chậm

Thông qua sự tuyệt chủng của khủng long và nhiều loài khác

Cuộc sống của con người hiện đang nở rộ ở hành tinh cô đơn

Trước khi bất tử thông qua di truyền học và trí tuệ nhân tạo

Điều trị ung thư và các bệnh di truyền quan trọng hơn

Vài ngàn năm trước, các nhà hiền triết đã thử nghiệm sự bất tử

Nhưng đã từ bỏ việc thử nó, nhận ra sự nguy hiểm và vô ích của nó

Nếu con người trở nên bất tử, điều gì sẽ xảy ra với cuộc sống khác

Chấn thương thường xuyên trong cái chết của thú cưng, sẽ đau đớn không kém

Về lâu dài, nếu không thay đổi suy nghĩ, sự bất tử sẽ có hại.

Cảm xúc của con người và Vật lý lượng tử

Tình yêu và đức tin không đi theo logic
Đối với cuộc sống con người, cả hai đều là cơ bản
Trong cuộc sống của chúng ta, âm nhạc rất quan trọng
Các giác quan đi qua gen là nội tại
Nhưng đối với sự sống, sự kết hợp của các nguyên tử là hữu cơ
Các hạt cơ bản thực sự là hạt cơ bản vẫn còn gây tranh cãi
Lý thuyết dây nói rằng rung động là hình thức trong thực tế
Sự vướng víu lượng tử thực sự là một điều ma quái
Những khả năng mới mà cơ học lượng tử hiện nay mang lại
Tuy nhiên, cảm xúc và ý thức của con người, chúng ta hát khác nhau.

Điều gì sẽ xảy ra với tính nguyên bản và ý thức?

Trong thế giới này, tôi có thể không có bất kỳ mục đích hay lý do nào

Tôi có thể đang sống một cuộc sống mô phỏng trong một nhà tù ảo

Nhưng tôi có ý thức và sự độc đáo của riêng mình

Trí tuệ nhân tạo đã xâm phạm quá trình tư duy của tôi

Trong tính độc đáo của suy nghĩ của tôi có sự trì trệ và nghỉ giải lao

Nếu trí thông minh và ý thức của tôi trở nên phụ thuộc

Tôi chắc chắn sẽ mất vị trí của mình như một tọa độ có ý thức

Đã chán sống trong một hành tinh không mục đích, không định hướng

Không có khoa học hay triết học nào có thể giải thích lý do tại sao chúng ta đến với mục đích gì

Tầm nhìn, sứ mệnh và mục đích tùy ý, chúng ta phải giả định

Với trí tuệ nhân tạo và sự bất tử, những điều này cũng sẽ là vô ích

Không biết, định nghĩa của cuộc sống sẽ như thế nào một khi cuộc sống không còn mong manh.

Khi sự mở rộng của vũ trụ kết thúc

Liệu sự giãn nở của vũ trụ có tiếp tục vô hạn?

Hoặc một ngày nào đó nó sẽ ngừng mở rộng đột ngột

Thời gian sẽ mất chuyển động về phía trước và trở nên bế tắc

Hoặc do đà, sẽ bắt đầu đảo chiều theo hướng ngược lại

Cuộc sống trên hành tinh trái đất sẽ hài hước như thế nào đối với con người

Mọi người sẽ được sinh ra là ông già trong khu vực hỏa táng

Từ lửa, họ sẽ được gia đình và bạn bè chào đón

Thay vì nơi đau buồn, nghĩa trang sẽ là nơi tổ chức lễ kỷ niệm

Người già từ từ sẽ ngày càng trẻ hơn

Một lần nữa, một ngày nào đó, chúng sẽ trở thành tinh trùng, và trong bụng mẹ, biến mất mãi mãi

Tất cả các hành tinh và ngôi sao sẽ hợp nhất lại thành một điểm kỳ dị

Nhưng sau đó sẽ không có vật lý và thời gian để giải thích tất cả nitty-gritty.

Tái thiết kế

Thiên nhiên thực hiện kỹ thuật và tái thiết kế liên tục

Đây là một quá trình sáng tạo sẵn có và thiên nhiên

Ngay cả trong quá trình tiến hóa, đối với các loài tốt hơn, nó vẫn rất quan trọng

Nếu không tái thiết kế, sản phẩm tốt nhất không thể đến

Vì vậy, để tiến bộ và phát triển tốt nhất, tái thiết kế là phải

Bộ não con người cũng liên tục tái cấu trúc trong quá trình tư duy

Chúng ta học, không học và học lại khi sự thật được thiết lập

Cho đến khi chúng tôi sản xuất tốt nhất hoặc tìm ra sự thật, tiếp tục tái thiết kế

Bằng cách này, thiên nhiên đạt được trạng thái cân bằng động tốt nhất

Tái cấu trúc và tiến hóa liên tục như một con lắc.

Higgs Boson, Hạt của Chúa

Khi được phát hiện, Higgs Boson đã kích thích cộng đồng các nhà khoa học quá nhiều

Tuy nhiên, trên thế giới Đức Chúa Trời và các sứ giả của Ngài vẫn như vậy

Trong Chúa và các vị tiên tri, con người vẫn có niềm tin và sự tin tưởng vô hạn;

Các hạt cơ bản đã ở vị trí của chúng kể từ khi bắt đầu có thời gian

Vì vậy, đối với các tín đồ, bất kể khám phá ra Higgs Boson, mọi thứ đều giống nhau

Đối với chiến tranh thế giới và vụ đánh bom Nagasaki, tín đồ nghĩ rằng đó là trò chơi vĩnh cửu của Chúa

Người không tin lập luận, bất kể Chúa hay không có Chúa, bom sẽ tạo ra ngọn lửa

Đối với chiến tranh thế giới và sự hủy diệt, bản ngã và thái độ của con người là đáng trách

Các tín đồ đã đặt rất nhiều tên cho Đức Chúa Trời ở những nơi khác nhau trên thế giới

Nhưng Boson Higgs, chỉ với một cái tên, các nhà khoa học đã mở ra.

Ông già và sự vướng víu lượng tử

Cảm ơn Chúa, đó là một con cá, không phải cá sấu hay Godzilla hay anaconda

Điều đó có thể xảy ra theo xác suất lượng tử và sự vướng víu

Nguyên tắc không chắc chắn sau đó, sẽ đưa ông già vào dạ dày

Chiếc thuyền của anh quá nhỏ và mỏng manh để anh có thể sống sót trong sự không chắc chắn

Cuốn tiểu thuyết của Hemingway đã giành giải thưởng vì nó là một con cá và vì sự sáng tạo của ông

Tuy nhiên, sự không chắc chắn và vướng víu lượng tử đã đẩy người chiến thắng giải thưởng đến cái chết

Ngay cả sau khi phát hiện ra hạt của Chúa, trên hành tinh này, cái chết là sự thật tối thượng

Một số nền văn minh đã bị lãng quên mà không biết đến trọng lực và thuyết tương đối

Mọi người hiện đang sử dụng các tiện ích lượng tử, mà không biết vướng víu, âm thầm

Trình độ hiểu biết, biết và không biết là sự khác biệt giữa các nền văn minh

Một nửa kiến thức và trí thông minh sinh học cũng có thể khiến loài người bị hủy diệt.

Mọi người sẽ làm gì?

Có cần hơn tám tỷ người Homo-sapiens trên hành tinh trái đất không?

Các nước thế giới thứ ba đã quá đông người biết chữ

Không ai có thể đi bộ, đạp xe, lái xe hoặc di chuyển thoải mái ở các thành phố châu Á

Khoảng cách giữa have và have không tăng lên từng ngày

Nhân danh tôn giáo, tạo lực lượng lao động trẻ, không kiểm soát sinh đẻ

Thất nghiệp và thất vọng và thất vọng xung quanh

Khoảng trống kỹ thuật số đã đẩy một phần đến sống trong điều kiện vô nhân đạo

Đối với khu vực thiệt thòi, cuộc sống có nghĩa là số phận và cầu xin Chúa thương xót

Tình trạng tự tử gia tăng trong giới trẻ vô vọng đang ở đỉnh điểm

Bây giờ với trí tuệ nhân tạo, chúng ta đang loại bỏ ngày càng nhiều việc làm

Trong nông nghiệp cũng vậy, người dân dần mất hy vọng về một tương lai tốt đẹp hơn

Những người nhàn rỗi và thất nghiệp sẽ làm gì trên thế giới, yêu cầu không phải là không công bằng.

Không gian-Thời gian

Thời gian là tương đối, đã là một thực tế và thực tế đã được thiết lập

Không gian là vô hạn, vũ trụ đang mở rộng mà không có bất kỳ sự kháng cự nào

Trong mối quan hệ không-thời gian, lực hấp dẫn cũng rất quan trọng,

Tốc độ ánh sáng là rào cản đối với thời gian, và ở tốc độ đó thời gian có thể trở nên bế tắc

Toàn bộ khái niệm về không-thời gian, vật chất-năng lượng, trọng lực-điện từ có thể làm chệch hướng,

Newton đến Einstein là một bước nhảy vọt lớn trong nghiên cứu vật lý

Sự vướng víu lượng tử hiện nay làm thay đổi nhiều điều cơ bản,

Du hành thời gian và dịch chuyển tức thời không còn là một câu chuyện khoa học viễn tưởng

Trí tuệ nhân tạo sẽ sớm được thiết lập để thực hiện những điều này với hướng đi mới

Mọi người có thể sớm gặp Chúa Giêsu và Đức Phật thông qua việc du hành thời gian trong kỳ nghỉ.

Vũ trụ không ổn định

Sau Big-Bang, các hạt cơ bản bị khuấy động

Với đầy năng lượng từ vụ nổ, họ rất phấn khích

Các hạt mới sinh không ổn định và không thể tồn tại lâu

Vì vậy, kết hợp proton, neutron và electron chúng tạo thành

Họ cùng nhau tạo ra một hệ thống nguyên tử năng lượng mặt trời nhỏ để trở nên ổn định

Nhưng để duy trì ổn định, hầu hết các nguyên tử mới hình thành đều không thể

Các nguyên tử được kết hợp theo các tỷ lệ khác nhau và trở thành các phân tử

Với các vấn đề, hệ mặt trời trở nên ổn định động

Phải mất hàng triệu năm để các nguyên tử hình thành các phân tử sinh học

Carbon, hydro, oxy, nitơ, sắt làm cho cuộc sống sinh học trở nên khả thi

Tuy nhiên, chúng tôi không chắc chắn, chúng tôi thực sự là sự kết hợp của các nguyên tử hoặc sóng rung

Các hạt cơ bản có thể có trong thực tế, sự rung động của sợi dây của Đức Chúa Trời.

Tính tương đối

Thuyết tương đối là một thuộc tính của tự nhiên khi các thiên hà được tạo ra

Trước Big-Bang và sau đó cũng luôn tồn tại thuyết tương đối

Không có gì trong vũ trụ và thực tế là tuyệt đối và không đổi

Các lý thuyết về khoa học, triết học và tâm lý học đôi khi không nhất quán

Để tồn tại sự hiện diện của thực tế và thuyết tương đối, người quan sát rất quan trọng

Mọi người biết thuyết tương đối ở định dạng phi toán học từ lâu

Câu chuyện rút ngắn một đường thẳng mà không đụng chạm không còn trẻ

Các văn bản tôn giáo và triết học giải thích thuyết tương đối khác nhau

Einstein đặt nó cho nhân loại và khoa học, thông qua các phương trình và toán học

Cuộc sống, cái chết, hiện tại, quá khứ, tương lai tất cả đều là tương đối và được biết đến bởi bản năng của con người

Khái niệm về tính tương đối đối đối với bộ não con người và nền văn minh, là một yếu tố cơ bản.

Thời gian là gì

Thời gian có thực sự tồn tại trong cuộc sống của con người không?

Hay nó chỉ đơn thuần là một ảo ảnh của bộ não con người để hiểu được thực tế?

Có mũi tên thời gian nào di chuyển với tốc độ ánh sáng không?

Hay quá khứ, hiện tại và tương lai chỉ là một khái niệm để giải thích sự tồn tại?

Không có thời gian đồng đều trong vũ trụ và mọi nơi thời gian là tương đối

Vật chất và năng lượng chỉ là thực tế thể hiện theo đúng nghĩa

Sự nghi ngờ luôn luôn là về thời gian, linh hồn và sự tồn tại của Đức Chúa Trời

Đo thời gian có thể tùy ý, đơn vị như đơn vị chiều dài và trọng lượng

Mũi tên thời gian từ quá khứ đến hiện tại đến tương lai có thể không đúng

Thời gian có thể chỉ là một đơn vị để đo chuyển đổi, tăng trưởng và phân rã năng lượng của vật chất

Thời gian là gì, với sự xác nhận, ngay cả các nhà khoa học uyên bác cũng không thể nói.

Suy nghĩ lớn

Mọi người nói nghĩ lớn, nghĩ lớn, bạn sẽ trở nên lớn

Nhưng khi tôi nghĩ lớn, lớn hơn và lớn hơn, tôi trở nên nhỏ bé một cách đáng kinh ngạc

Trong thế giới tương đối, sự tồn tại của tôi trở nên không đáng kể

Tôi thậm chí còn không đáng kể ở địa phương của tôi, là thực tế của cuộc sống

Ở thị trấn của tôi, quận của tôi, tiểu bang của tôi và ở nước tôi, sự không đáng kể tăng lên

Khi tôi nhìn thấy ở cấp độ thế giới, sự tồn tại của tôi thậm chí còn trở thành hư vô

Trong hệ mặt trời, thiên hà, dải ngân hà và vũ trụ, tôi là gì, không có câu trả lời

Thực tế duy nhất là tôi vẫn còn sống và tồn tại ngày hôm nay trong nhà của tôi với gia đình

Không có giá trị, không có ý nghĩa, không cần thiết đối với cả thế giới và nhân loại

Hành trình vô ích một chiều được gọi là cuộc sống, theo cách riêng của tôi, tôi phải tìm

Khi tôi hoàn thành hành trình của mình, mọi người sẽ tiếp tục di chuyển trên cơ thể tôi

Chúng ta quá nhỏ bé, và vô hình trong số tám tỷ người, những gì để nói một cách tự hào.

Tự nhiên trả giá cho quá trình phát triển của chính nó

Thiên nhiên đã phải trả giá đắt cho quá trình tiến hóa

Cho đến khi sự xuất hiện của homo-sapiens đối với động vật, không có gì là ảo tưởng

Cây cối, vương quốc sống động sống hạnh phúc mà không cần tìm kiếm bất kỳ giải pháp nào

Có đủ thức ăn, nước và không khí tốt là sự hài lòng của họ

Cán cân sinh thái có tiếng nói trong quá trình này và không có giao dịch tiền tệ;

Sự xuất hiện của con người trong quá trình tiến hóa đã thay đổi mọi thứ

Thiên nhiên phải đấu tranh từng khoảnh khắc để bảo tồn cốt lõi và cân bằng mọi thứ

Người đàn ông đã thay đổi đồi, sông, vịnh, bãi biển, đường bờ biển để tạo sự thoải mái

Nhưng để giữ cho mẹ thiên nhiên cân bằng sự tiến hóa của mình, không bao giờ hỗ trợ

Nhân danh văn minh và tiến bộ, mọi thứ trong tự nhiên, con người bóp méo.

Ngày Trái đất

Hành tinh trái đất đẹp, không phải vì nó được làm từ carbon, hydro và oxy

Nó đẹp vì sự tiến hóa và trí thông minh của thiên nhiên

Việc tạo ra sự sống từ các nguyên tử nhỏ bé vẫn còn là một bí ẩn lớn

Không ai biết, cuộc sống là một hiện tượng chỉ có trong hành tinh thiên hà này

Hoặc sự sống đã đến từ nơi khác trên hành tinh này như là di truyền

Vẻ đẹp của cuộc sống nằm ở sự đa dạng và hệ sinh thái của nó

Sự phá hủy cân bằng mong manh của con người có thể nhìn thấy và không hiếm khi

Con người nghĩ rằng nhờ trí thông minh, trái đất là lãnh địa của họ

Đối với việc chung sống với các loài khác, người homo-sapiens không có trí tuệ

Lễ kỷ niệm ngày trái đất trong vài giờ là rửa mắt của con người và hành động ngẫu nhiên.

Ngày Sách Thế giới

Máy in là một phát minh đột phá

Lớn như máy tính, điện thoại thông minh và internet

Báo chí đã thay đổi tiến trình văn minh thông qua việc truyền bá kiến thức

Những cuốn sách là những nhà cung cấp dịch vụ như internet của thời hiện đại

Những cuốn sách đóng vai trò quan trọng trong việc truyền bá kiến thức như tia nắng mặt trời;

Có áp lực rất lớn đối với sách bằng các công nghệ mới

Tuy nhiên, sách chịu được sự tấn công dữ dội của tất cả các phương tiện nghe nhìn

Trong thế kỷ 21 cũng vậy, sách là tài sản cao cấp

Tầm quan trọng của sách có thể phụ thuộc vào định dạng kỹ thuật số và trí tuệ nhân tạo

Nhưng trong sự tiến bộ của nền văn minh và kiến thức, sách sẽ giữ lại một vị trí.

Hãy để chúng tôi hạnh phúc trong quá trình chuyển đổi

Khi Mặt trời mờ dần và phản ứng tổng hợp hạt nhân kết thúc mãi mãi

Sinh vật trí tuệ nhân tạo sẽ làm gì trên hành tinh trái đất

Sự phân rã và sụp đổ của chúng cũng sẽ tự động bắt đầu

Các sinh vật AI sẽ sạc pin như thế nào nếu không có năng lượng mặt trời

Để có được ít phí, họ sẽ chạy như một con chó đường phố, và sẽ đói

Con người có thể tuyệt chủng, rất lâu trước khi mặt trời mờ đi

Các sinh vật AI một mình phải đối mặt với hiện tượng và làm cho vui;

Nếu một số tiểu hành tinh lớn va vào trái đất trước khi mặt trời mờ đi

Sự hủy diệt sẽ xảy ra cùng nhau, con người, AI và tất cả các sinh vật sống

Sự sống sót của các sinh vật AI sau vụ va chạm tiểu hành tinh cũng rất xa xôi

Thông qua khóa học riêng của mình, thiên nhiên sẽ một lần nữa nghỉ dưỡng

Sinh vật sống mới sẽ trở lại thông qua quá trình tiến hóa

Để có một thế giới mới tốt đẹp hơn, đó chắc chắn sẽ là giải pháp tốt nhất của tự nhiên

Cho đến khi những điều này xảy ra, chúng ta hãy tận hưởng và hạnh phúc trong quá trình chuyển đổi.

Người quan sát là quan trọng

Trong sự vướng víu lượng tử, người quan sát là quan trọng nhất

Thí nghiệm khe kép cho thấy các electron hoạt động khác nhau nếu được quan sát

Trong thế giới tương đối và lượng tử, không có người quan sát, không có ý nghĩa của sự kiện

Vì vậy, hãy là người quan sát và cảm nhận sự tồn tại và thực tế, tôi là trung tâm đối với tôi

Điều tương tự cũng phù hợp với loài và côn trùng ăn cây

Không có ý thức của tôi, vũ trụ có tồn tại hay không là phi vật chất

Một người đàn ông không có ý thức, mặc dù còn sống, không có gì có ý nghĩa chúng ta có thể thử nghiệm

Lý do cho sự vướng víu lượng tử, cho đến bây giờ không có nhà khoa học nào có thể giải thích

Nhưng mọi thứ trong vũ trụ và vũ trụ vướng víu qua chuỗi vô hình

Sự thống nhất của trọng lực, điện từ, lực hạt nhân, năng lượng vật chất có thể là bộ não của Đức Chúa Trời.

Đủ thời gian

Chúa Giêsu, Vua Solomon và Alexander đã có đủ thời gian

Họ đã đạt được rất nhiều trong thời gian đó và đúng thời gian để lại dấu chân

Hầu hết mọi người quá bận rộn trong cuộc đua giá và không có thời gian

Một số người nghĩ rằng họ bất tử, và họ sẽ làm lớn trong tương lai

Rất ít người chỉ biết rằng thời gian vô hạn có bản chất đặc biệt

Khoa học đôi khi cũng gây bối rối về thời gian thực sự là gì hoặc thực sự di chuyển

Hoặc nó giống như các lực hấp dẫn, mà không chảy theo một chiều khác

Không gian, thời gian, vật chất và năng lượng đều quan trọng, nhưng thời gian là miễn phí

Nhưng để mua ngay cả một căn hộ nhỏ trong thành phố, bạn phải trả một khoản phí khổng lồ

Bạn đã có thời gian để trở thành Vivekananda, Mozart, Ramanujan hoặc Bruce Lee.

Cô đơn không phải lúc nào cũng xấu

Đôi khi chúng ta có thể suy nghĩ sâu sắc hơn trong sự cô đơn

Nó giúp tập trung vào sự sạch sẽ của tâm trí

Với đám đông không mong muốn, tâm trí cảm thấy buồn ngủ

Nhưng, đối với một số người, sự cô đơn cũng có thể mang lại sự lười biếng

Đối với một số ít, nó cũng có thể mang lại sự mờ nhạt cho tầm nhìn;

Sử dụng sự cô đơn như một công cụ để hướng nội

Cô đơn cũng cần thiết cho thiền định

Nếu bạn tập trung, nó sẽ đưa ra giải pháp cho các vấn đề khó chịu

Trong khi ở một mình, đừng bao giờ thử bất kỳ loại thuốc hoặc thuốc an thần nào

Thay vì đi chơi với bạn bè, một loại thuốc tốt hơn

Sử dụng sự cô đơn cho sự tập trung và hướng đi mới.

Me Versus Trí tuệ nhân tạo

Những gì tôi biết, tất cả đều không phải là kiến thức cơ bản của tôi
Tôi không phát minh ra bảng chữ cái cũng như các con số
Ngôn ngữ tôi biết không được tạo ra bởi các chức năng nào của tôi
Lửa, bánh xe hoặc máy tính cũng không phải là phát minh của tôi
Mọi thứ tôi có được đều đến từ những người khác
Xã hội hóa cũng được lấy từ cha, mẹ và người thân
Bộ não của tôi chỉ lưu trữ thông tin như đĩa cứng của máy tính
Chỉ có sự khác biệt mỏng manh giữa tôi và kiến thức AI
Sự khác biệt duy nhất là ý thức và sự độc đáo của tôi
Và sự khôn ngoan mà tôi thu thập được thông qua sự tích cực liên tục.

Câu hỏi về đạo đức

Ở mỗi ngã tư của sự tiến bộ, chúng tôi luôn đặt ra những câu hỏi về đạo đức

Cho dù đó là phá thai hoặc em bé ống nghiệm hoặc chú hề của cuộc sống mới

Không có vấn đề đạo đức trong việc giết người trong các cuộc chiến tranh vì những lý do nhỏ nhặt

Không có vấn đề gì về đạo đức khi giết hàng ngàn người nhân danh tôn giáo

Nhưng đối với những phát triển khoa học và kỹ thuật đột phá, đạo đức đến

Đối với những mâu thuẫn và hành vi phi đạo đức của họ, tất cả các tôn giáo đều câm

Máy tính, robot và internet được coi là mối đe dọa đối với lực lượng lao động

Nhưng cuối cùng, tất cả những điều này đã trở thành công cụ để phát triển nhanh hơn và nguồn hiệu quả

Trí tuệ nhân tạo và sự bất tử thông qua di truyền hiện đang được đặt câu hỏi

Sau hai ba thập kỷ, mọi người sẽ nói, trí tuệ nhân tạo không phải là không có cơ sở.

Tôi không biết

Tôi đang di chuyển ngày càng nhanh hơn, mà không biết tại sao tôi lại di chuyển

Tôi chỉ biết rằng tôi đang già đi từng phút, và chết đi từng ngày

Tôi không biết, tôi đến từ đâu mà không biết và bây giờ đang đi

Bên trong hộp đen, tôi có kiến thức và thông tin hạn chế

Bên ngoài hộp, không ai biết những gì thực sự đang xảy ra

Cả khoa học lẫn tôn giáo đều không có bất kỳ bằng chứng thuyết phục nào

Nhưng bản năng cơ bản của cuộc sống buộc tôi phải di chuyển ngày càng nhanh hơn

Hành trình có thể dừng bất cứ lúc nào mà không cần báo trước

Hoặc tôi có thể bị buộc phải tiếp tục trong bảy mươi, tám mươi hoặc trăm năm

Nhưng cuối cùng, cuộc hành trình sẽ được hoàn thành trong nghĩa địa cô đơn.

Tôi biết, tôi là người giỏi nhất trong cuộc đua chuột

Tôi biết, tôi là người bơi giỏi nhất, và tôi đã vượt đại dương

Trong số hàng triệu người, tôi là người mạnh nhất và quyền lực nhất

Vì vậy, hôm nay, trong thước đo của những người đua xe, tôi đã thành công

Cuộc đua chuột bắt đầu trước khi tôi nhìn thấy ánh sáng trong thế giới này

Đó là lý do tại sao cuộc đua chuột thường được kết nối trong nếp sống của con người

Bất cứ ai ra khỏi cuộc đua chuột, con người không nghĩ táo bạo

Câu chuyện thành công của những người chiến thắng cuộc đua chuột, mọi người tự hào kể

Tuy nhiên, có một vài câu chuyện khác nhau như Đức Phật và Chúa Giêsu

Đó là lý do tại sao họ là siêu nhân thuộc một tầng lớp khác

Họ là đấng cứu thế của nhân loại, và cho đám đông đua chuột.

Tạo tương lai của bạn

Không ai có thể tạo ra tương lai của tôi
Tôi phải tạo ra nó ngay hôm nay với công việc
Mặc dù tương lai không chắc chắn và không thể đoán trước
Để tạo cơ sở cho ngày mai thật đơn giản
Nếu chúng ta làm việc chăm chỉ ngày hôm nay cho sứ mệnh và mục tiêu của mình
Ngày mai sẽ có nhiều cơ hội hơn
Ngày mốt luôn cần sự liên tục
Chúa giúp đỡ những người tự giúp mình không phải là ảo
Khi tương lai đến, bạn sẽ cảm thấy, đó là sự thật
Vì vậy, hôm nay hãy tạo ra tương lai của bạn với niềm vui và sự nhiệt tình.

Kích thước bị bỏ qua

Là sinh vật sống, chúng ta quan tâm nhiều hơn đến ánh sáng, âm thanh và nhiệt

Ít bận tâm hơn về điện từ, trọng lực, lực hạt nhân mạnh và yếu

Mọi người cầu nguyện Mặt trời, bởi vì nó là nguồn năng lượng chính

Tôn thờ các dòng sông và mưa thần, mọi người cho thấy tầm quan trọng của vật chất

Nhưng trong tất cả các chiều, không gian và thời gian vẫn phẳng hơn

Bốn lực cơ bản nằm ngoài tầm hiểu biết của người nguyên thủy

Nếu không, sự thờ phượng và cầu nguyện của họ sẽ phù hợp và tốt hơn

Trong hầu hết các nền văn hóa, có Thiên Chúa và nữ thần của vật chất và năng lượng

Tuy nhiên, không có vị thần hay nữ thần nào cho các chiều không gian và thời gian quan trọng nhất

Mặc dù đối với sự tồn tại của sinh vật, cả hai chiều đều là nguyên tố.

Chúng tôi ghi nhớ

Chúng ta nhớ tất cả những sự cố tồi tệ trong cuộc sống
Về vấn đề này, con người tốt hơn và chuyên nghiệp hơn
Rất ít người chú ý đến phẩm chất và đức tính tốt đẹp của chúng ta
Ngay cả bản thân chúng ta cũng quên đi những kỷ niệm đẹp
Ký ức bận rộn hơn khi nhớ lại những bi kịch cũ
Mọi người cũng không đánh giá cao người khác vì ghen tuông
Vì vậy, để biết và học hỏi từ những người hàng xóm thành công không có sự tò mò
Nhưng trong những sai lầm của người khác, chúng tôi trở nên vui mừng
Tin xấu lan truyền rất nhanh và vui vẻ
Chưa từng thấy người nào ngồi lê đôi mách về phẩm chất của người khác
Tâm trí con người luôn có xu hướng mang lại những khác biệt trong quá khứ
Buông bỏ những điều tồi tệ và những ký ức tồi tệ là một nhiệm vụ khó khăn
Để hạnh phúc, bình yên và thành công thì phải xóa đi những ký ức xấu.

Tự do ý chí

Ngay cả khi chúng ta hành động với ý thức và ý chí tự do

Kết quả hoặc kết quả không chắc chắn và có thể không như mong muốn

Đó là lý do tại sao Ấn Độ giáo nói rằng không bao giờ mong đợi kết quả của công việc

Chỉ cần làm điều đó với ý chí tự do và hiệu quả với sự tận tâm

Mong đợi một kết quả cụ thể làm loãng độ phân giải ý chí tự do;

Có thể có sự cám dỗ đối với trái cây, trước khi bạn trồng cây

Nhưng ý chí và mong muốn trồng trọt phải có ý thức và tự do

Nếu bạn nghĩ quá nhiều về những cơn bão có thể phá hủy cây non

Xem xét cuộc sống không chắc chắn của chính bạn, tâm trí của bạn sẽ ngồi yên để ngừng đào bới

Thậm chí, ý chí tự do cũng bị chi phối bởi sự không chắc chắn đang che giấu

Đôi khi chúng ta gọi nó là số phận, đôi khi số phận

Nhưng nếu không có hành động và công việc, bạn chấp nhận thất bại một cách chắc chắn.

Ngày mai chỉ là một niềm hy vọng

Không ai biết điều gì sẽ xảy ra vào ngày mai
Nếu tôi không còn sống, vài khuôn mặt sẽ thể hiện nỗi buồn
Những người khác sẽ tiếp tục nói nghỉ ngơi trong hòa bình
Ngoại trừ máu của chính bạn, không ai sẽ bỏ lỡ
Thực tế cuộc sống rất đơn giản và rõ ràng
Để chết và nói lời tạm biệt đừng sợ
Món quà cuối cùng của cuộc sống không phải là sự giàu có, mà là cái chết
Một ngày nào đó tất cả bạn bè của tôi và được biết đến sẽ chết
Để cứu họ mãi mãi, vô ích sẽ là thử thách của bạn
Lúc mới sinh, biết được sự thật, một đứa trẻ khóc.

Sự ra đời và cái chết trong sự kiện Horizon

Sinh nhật của tôi không phải là một sự kiện trên thế giới không nói về các thiên hà

Ngay cả Đức Phật giáng sinh, Chúa Giêsu, Muhammad cũng không phải là sự kiện khi sinh ra

Cái chết của tôi cũng sẽ không đáng kể như sự ra đời của tôi

Cả Assam, Ấn Độ, châu Á sẽ không dừng lại, cũng như Mỹ sẽ không chậm lại

Ngay cả thế giới cũng di chuyển như thường lệ sau cái chết của Diana và Vương miện Anh

Không hối tiếc về sự ra đời của tôi và cũng sẽ không hối tiếc về cái chết

Giống như thủy triều của đại dương, chúng tôi đến, và chúng tôi đi sau một vài khoảnh khắc

Những con đường mòn, dấu chân chỉ còn lại trong tâm trí của những người thân yêu

Nơi những người quan sát đó cũng khởi hành, không có sự tồn tại trong chân trời sự kiện

Đừng hy vọng rằng lượng tử và vũ trụ song song sẽ mang lại cho cuộc sống sự thể hiện tốt hơn

Trò chơi tối thượng

Tôi nghe thấy âm thanh lớn nhất và ánh sáng rực rỡ nhất của Big-Bang

Đó là sự khởi đầu của một cuộc sống mới, sự ra đời của một đứa trẻ khóc

Người quan sát rất quan trọng như đã chứng minh thí nghiệm khe đôi

Không có sự tồn tại của các nhà quan sát, đối với trẻ sơ sinh, Big-Bang không thích hợp

Sự ra đời của một đứa trẻ sơ sinh cũng quan trọng như Big-Bang đối với một người mẹ

'Đứa trẻ là cha của người đàn ông' phổ biến hơn ở mọi nơi thay vì

Big-Bang sẽ không bao giờ được giải thích nếu không có bất kỳ người quan sát nào

Đối với mỗi lý thuyết hoặc giả thuyết, phải có một người cha quan sát

Sự chuyển đổi năng lượng vật chất và ngược lại bắt đầu trước khi homo sapiens xuất hiện

Sự chuyển đổi từ hình thức này sang hình thức khác là trò chơi tối thượng của tự nhiên.

Ảo Tưởng Bí Ẩn Về Thời Gian

Quá khứ và tương lai luôn là một ảo ảnh

Quá khứ chỉ là sự pha loãng thời gian

Tương lai chỉ là kỳ vọng về thời gian

Hiện tại chỉ có chúng ta để giải quyết

Nếu chúng ta không hành động, nó sẽ biến mất mà không có sự thân mật;

Thời gian không có đà, khi chúng ta nhìn về quá khứ

Mặc dù phạm vi và lịch sử của quá khứ rất rộng lớn

Chúng ta không thể nhìn vào tương lai, vậy làm thế nào có thể có một động lực

Khoảnh khắc hiện tại chỉ nằm trong tay chúng ta, luôn tối ưu

Quá khứ, hiện tại và tương lai mà chúng ta quan sát được thông qua lượng tử hạt.

Thượng Đế không chống lại ý muốn bản thân

Giết người nhân danh quốc gia, tôn giáo không được coi là tội ác hay tội lỗi

Sau đó, làm thế nào tự sát nhân danh tôn giáo có thể được gọi là xấu

Không có bằng chứng cho thấy những người tự tử là tội lỗi

Đối với một người nào đó để thoát khỏi nỗi đau và đau khổ, tự giết mình có thể mang lại lợi ích

Khi Chúa Giê-xu bị đóng đinh trên thập tự giá, Ngài đã cầu nguyện cho những người ngu dốt

Ra khỏi đau đớn và đau khổ nếu bạn rời khỏi thế giới, không nên có rắc rối

Sau khi chết, thế giới này không quan trọng đối với người chết

Chỉ đôi khi, những người gần gũi và thân yêu sẽ buồn

Nếu giết người để tự vệ không được coi là tội phạm

Việc giết chết bản thân để bảo vệ chống lại đau đớn và đau khổ sẽ ổn thôi

Chúng ta không thể đo lường cái chết thông qua các thước đo khác nhau để thuận tiện

Nếu người trưởng thành chết vì ý chí bản thân, Đức Chúa Trời không có lý do gì để kháng cự.

Tốt và xấu

Sự cần thiết là mẹ của sáng chế
Với mọi phát minh, luôn có sự thận trọng
Đi bộ và chạy bộ tốt cho sức khỏe
Thông qua phòng tập thể dục, một số người đang tạo ra sự giàu có
Xe đạp đến với nền văn minh để di chuyển nhanh hơn
Mọi người đã rất ngạc nhiên về cách nó di chuyển trên hai bánh xe
Trong một thời gian ngắn, xe đạp không còn là điều kỳ diệu
Trong thế kỷ 19, sở hữu một chiếc xe đạp là niềm tự hào
Ngày nay, xe đạp được coi là phương tiện đi lại của đàn ông nghèo
Ô tô và xe máy đã đẩy xe đạp về phía sau
Nhưng là một chiếc xe khỏe mạnh, đó là vị trí, xe đạp vẫn quản lý
Không nhiên liệu, không ô nhiễm, không cần chỗ đậu xe
Ở những nơi đông người, xe đạp bây giờ một lần nữa được khuyến khích
Với lượng khí thải carbon bằng không, đó là một phát minh tuyệt vời cho nhân loại
Sử dụng xe đạp nhiều hơn sẽ giúp cải thiện chất lượng không khí
Nhựa tốt vì trọng lượng nhẹ và không thể phá vỡ
Nhưng trong tự nhiên, nhựa và polythene không thể phân hủy sinh học
Polythene và nhựa làm cho các vùng nước tự nhiên trở nên khốn khổ
Tìm thấy polythene trong dạ dày của động vật biển là khủng khiếp
Kính tốt nhưng dễ vỡ và cồng kềnh

Đó là lý do tại sao nhựa có thể dễ dàng đánh cắp câu chuyện

Thức ăn nhanh là xấu, nhưng không có polythene nó không thể di chuyển

Không có nhựa, ngành công nghiệp ô tô và máy bay không có hy vọng

Polythene và nhựa cung cấp cho chúng tôi găng tay giá rẻ trong thời kỳ Covid19

Nếu không, cái chết sẽ chạm vào một kỷ lục khác

Hai mặt tốt và xấu của mọi phát minh và khám phá

Cách tiếp cận thận trọng và sử dụng tối ưu là điều không thể tránh khỏi.

Mọi người chỉ đánh giá cao một vài danh mục

Sẽ không ai nhận ra bạn nếu bạn không phải là một ca sĩ giỏi

Bạn sẽ không được biết đến, trừ khi bạn là một diễn viên hoặc nghệ sĩ biểu diễn

Mọi người sẽ không lắng nghe ý kiến tốt của bạn, trừ khi bạn là chính trị gia

Một số người sẽ đến gặp bạn nếu bạn là một ảo thuật gia

Ngay cả khi bạn đánh lừa mọi người nhân danh Chúa và tôn giáo, bạn vẫn tuyệt vời

Không có sự công nhận cho công việc khó khăn và sự trung thực mà bạn đặt cược

Bạn sẽ được đánh giá cao nếu bạn có thể chơi bóng đá hoặc cricket tốt hơn

BOT tốt tác giả và nhà thơ, một vài người hiếu học chỉ nhớ

Ngay cả khi bạn dành cả đời để làm việc cho mọi người, điều đó hầu như không thành vấn đề

Một ngày nào đó bạn sẽ chết như những con ong mật làm việc chăm chỉ của tổ ong

Đôi khi bạn có thể không được nhớ đến ngay cả bởi người bạn đời của mình.

Công nghệ cho ngày mai tốt đẹp hơn

Công nghệ luôn vì một ngày mai và tương lai tốt đẹp hơn

Cùng với tôn giáo, công nghệ cũng định hình văn hóa

Tôn giáo, văn hóa, công nghệ và kinh tế hiện là hỗn hợp keo

Không có công nghệ, cấu trúc của nền văn minh sẽ quá yếu

Sự tiến bộ của nhân loại sẽ không thể tiến xa hơn

Tuy nhiên, công nghệ luôn là con dao hai lưỡi

Một số câu có hai nghĩa, tốt hoặc xấu, khi chúng ta diễn giải từ

Súng, thuốc nổ, bom hạt nhân đã chứng minh công nghệ có thể nguy hiểm

Những người cai trị và các vị vua luôn lạm dụng họ trở nên tức giận

Tính hợp lý và trí tuệ, con người phải học cách xử lý công nghệ

Nhưng cho đến bây giờ DNA của con người đã có được bản ngã và tâm lý cãi nhau

Sử dụng công nghệ để thỏa mãn bản ngã, ghen tuông, tham lam sẽ phá hủy hoàn toàn nền văn minh.

Sự kết hợp giữa trí thông minh nhân tạo và tự nhiên

Kết hợp trí tuệ nhân tạo với trí tuệ sinh học có thể nguy hiểm

Đối với nhân loại, việc tiếp thu ý thức bằng AI trong tương lai có thể gây ra những hậu quả nghiêm trọng

Việc bảo tồn trí thông minh tự nhiên cho đa dạng sinh học là rất quý giá

Sự kết hợp trí thông minh nhân tạo và trí thông minh tự nhiên sẽ thay đổi con đường tiến hóa

Quá trình tiêu hủy sẽ đẩy nhanh và sau đó sẽ không có giải pháp;

Trí tuệ nhân tạo sẽ không thể xóa bỏ chiến tranh, bạo lực hoặc bất bình đẳng

Thay vì trong quá trình hợp nhất, trí tuệ nhân tạo sẽ có được tất cả các phẩm chất xấu

Một robot có tính ghen tuông, thù hận, cái tôi và thái độ tiêu cực sẽ không quý giá

Kết quả cuối cùng của xung đột giữa các bản sao khác nhau của AI là rõ ràng

Sử dụng bom hạt nhân có thể trở thành thứ tự trong ngày cho uy quyền tối cao

Vui lòng ngừng hợp nhất trí tuệ nhân tạo và trí tuệ tự nhiên thông qua năng lực pháp lý.

Trong một hành tinh khác

Cuộc sống của bạn bắt đầu ở tuổi sáu mươi, nhưng ở một hành tinh khác

Về phía bạn, nam châm gia đình trở nên yếu hơn

Lực hấp dẫn trở nên mạnh hơn, vì vậy bạn không thể nhảy cao

Khi bạn chạy, cổ họng của bạn nhanh chóng trở nên khô

Để trèo cây hái táo, bạn không nên thử

Do lực từ yếu hơn, nhu cầu năng lượng ít hơn

Vì vậy, lượng thức ăn và lượng calo cao của bạn sẽ giảm

Khi bạn gặp những cậu bé có vòng tai và mũi

Những ngày tuổi trẻ tươi đẹp của bạn, ký ức của bạn mang lại

Không ai sẵn sàng lắng nghe sự khôn ngoan và những câu chuyện hay của bạn

Trong sổ ghi chép của bạn, bạn bắt đầu viết những kỷ niệm ngọt ngào của mình

Hồ sơ Facebook của bạn sẽ chỉ được truy cập bởi bạn bè của bạn

Bởi vì giống như bạn, họ cũng đang phải đối mặt với những xu hướng tương tự

Hành tinh bạn đang sống trở thành một hành tinh khác sau tuổi sáu mươi

Không có cách nào so sánh, với cuộc sống của bạn ở tuổi hai mươi, không có sự tương đương.

Bản Năng Hủy Diệt

Từ việc cầu xin tâm trí con người đầy bản năng hủy diệt
Tiêu diệt và giết chết gia tộc hoặc bộ lạc gần đó là chiến thuật sinh tồn
Quân xâm lược luôn cố gắng tối đa hóa sự hủy diệt
Vì vậy, những người bị đánh bại sẽ chết vì đói
Chiến tranh, giết chóc, nô lệ là một phần của nền văn minh nhân loại;
Trở nên mạnh mẽ hơn những người hàng xóm vẫn còn phổ biến
Cái tôi của phức cảm vượt trội luôn giải phóng nọc độc chiến tranh
Mặc dù tâm trí con người đã tiến bộ đủ để tạo ra AI
Họ vẫn không thể nói không với tâm lý phá hoại tạm biệt
Cùng một tâm lý, một ngày nào đó, những sáng tạo của họ AI sẽ thử
Nền văn minh nhân loại, mãi mãi, từ hành tinh này sẽ chết.

Người béo chết trẻ

Các đô vật Sumo không sống lâu vì chúng cồng kềnh

Những ngôi sao lớn cũng không thể tồn tại quá lâu vì chúng nặng

Chúng sụp đổ do lực hấp dẫn của chính chúng kéo vào bên trong

Sự sụp đổ trọng lực buộc vật chất giữa các vì sao để đốt cháy phản ứng tổng hợp

Bây giờ một số nhà khoa học nói, vũ trụ không là gì ngoài ảo ảnh

Tại sao và vì mục đích gì mà các sinh vật sống đến, không có giải pháp

Hạt Chúa và phương trình Chúa vẫn còn là một giấc mơ xa vời

Để tìm ra Thiên Chúa ngay cả khi Thiên Chúa có tồn tại là rất mong manh

Sự tồn tại của chúng ta đến từ một cái gì đó hoặc không có gì chỉ là xác suất

Điều tốt là, các lực lượng cơ bản không làm thiên vị.

Đa nhiệm không phải là cách chữa trị

Điện thoại thông minh có thể thực hiện rất nhiều hoạt động, nhưng nó không phải là sinh vật sống

Cây chỉ có thể làm một việc gọi là quang hợp, nhưng nó là một sinh vật sống

Đa nhiệm một mình không thể làm cho ai đó hoặc một cái gì đó vượt trội hơn cho sự tồn tại

Cây là nguồn thực phẩm và oxy duy nhất, nhưng chống lại việc chặt cây, không có sức đề kháng

Hàng triệu cây xanh bị chặt mỗi năm cho mục đích nông nghiệp và dân cư

Nhưng nguồn chất diệp lục thay thế để sản xuất thực phẩm, các nhà khoa học đã không đề xuất

Trong các hội thảo và hội thảo, vấn đề chặt cây được xử lý khéo léo

Kết quả là, ngày càng có nhiều thiên tai, thiên nhiên sẽ từ từ áp đặt

Sự nóng lên toàn cầu, cả điện thoại thông minh và trí tuệ nhân tạo đều không thể làm giảm

Để bổ sung cho khu rừng bị phá hủy, ngày càng nhiều cây con, con người phải sản xuất.

Người bất tử

Động vật không nhận ra và cảm thấy rằng chúng là con người

Bản năng của chúng là bản năng của động vật, để thỏa mãn các cơ quan

Hầu hết con người cũng không nhận thức được rằng họ là người phàm

Đó là lý do tại sao mọi người tham lam, tham nhũng và tham chiến

Mục đích cơ bản của cuộc sống xã hội bây giờ đã trở nên yếu hơn

Có ít người hơn bây giờ một ngày, những người đang chết đói

Ngày càng có nhiều người chết vì bạo lực và chiến tranh

Như thế, theo bản năng chiến đấu cơ bản, con vật tối cao cũng đầu hàng

Giống như chó và mèo, mọi người cũng đang trở nên không khoan dung với hàng xóm

Trừ khi mọi người nhận ra rằng anh ta là người phàm, và trong thế giới trong thời gian giới hạn

Anh ta sẽ luôn ích kỷ, tham lam và đối với anh ta, tội ác là tốt

Bằng cách móc hoặc lừa đảo, con người cố gắng đạt được sự giàu có trong hàng ngàn năm

Anh ấy cũng đã cố gắng rất nhiều, để bảo vệ cơ thể vật lý của mình, vì nó rất thân yêu

Khi ông sắp chết, ngay cả vào lúc đó cũng vậy, hầu hết mọi người không nhận ra sự thật

Giống như một con ong của tổ ong, anh ta ngã và chết để lại mật ong cho người khác ăn.

Kích thước kỳ lạ

Kích thước thời gian thực sự kỳ lạ

Chỉ có thuyết tương đối mới có khả năng thay đổi

Nhàn rỗi và không thành công không có thời gian

Đối với người thành công, hai mươi bốn giờ là đủ

Ai nghĩ rằng họ sẽ không bao giờ chết, luôn luôn thiếu

Nhưng ai nghĩ rằng, tôi có thể chết tối nay có rất nhiều trong kho của họ

Thời gian không bao giờ phân biệt giàu nghèo

Đẳng cấp, tín ngưỡng, tôn giáo không có gì quan trọng trong cốt lõi của thời gian

Đối với tất cả mọi người, tốc độ của thời gian là như nhau và như nhau

Để giữ dấu chân của bạn đúng giờ, người ta phải chơi trò chơi kịp thời.

Cuộc sống là cuộc đấu tranh liên tục

Cuộc sống luôn là con đường đấu tranh liên tục

Mỗi khoảnh khắc chúng ta buộc phải đối mặt với rắc rối

Các rào cản có thể nhỏ, lớn hoặc khủng khiếp

Chịu áp lực, giữ vững lập trường và không chùn bước

Nếu bạn ngừng chiến đấu, bạn sẽ trở thành đống đổ nát

Khi cần thiết, di chuyển về phía sau và rê bóng

Khoảnh khắc tiếp theo, bạn sẽ thấy tiến trình của mình được hiển thị

Đối mặt với mọi rắc rối với lòng can đảm, nhưng hãy khiêm tốn

Với sự tự tin, khả năng khắc phục vấn đề sẽ tăng gấp đôi

Đừng bao giờ quên, cuộc sống quá ngắn ngủi như một bong bóng khí.

Bay cao hơn và cao hơn, cảm nhận thực tế

Khi chúng ta nhìn từ trên cao, phía trên bầu trời

Những ngôi nhà lớn ngày càng nhỏ hơn

Con người trở nên vô hình như vi khuẩn

Nhưng chúng thực sự tồn tại, khi chúng ta bắt đầu bay

Chúng ta vẫn có thể nhìn thấy những người sử dụng kính thiên văn mạnh mẽ

Chỉ vị trí của chúng tôi là tương đối so với tàu vũ trụ

Bỏ qua mọi thứ từ trên cao rất dễ dàng cho tâm trí

Mở rộng tâm trí của bạn lên cấp độ cao hơn, mở rộng nó

Những điều nhỏ nhặt mà bạn sẽ không bao giờ gặp

Những người tiêu cực, sẽ không bao giờ đến để chào hỏi

Với tâm trí mở rộng và trao quyền, chỉ cần bay

Và để thu thập mật hoa từ hoa này sang hoa khác, hãy thử

Thưởng thức hương thơm của hoa hồng, hoa nhài và hơn thế nữa

Một ngày nào đó, nếu không, bạn cũng sẽ chết, giữ mọi thứ trong cửa hàng

Vì vậy, tại sao không bay và bay và thưởng thức mật ong, thế giới là của bạn.

Đối phó trong cuộc sống

Để đối phó trong cuộc sống, tóc bạc là chưa đủ

Đối với người cao tuổi, công nghệ hiện đại là khó khăn

Công nghệ ngày nay trở nên lỗi thời ngay ngày hôm sau

Điều gì sẽ xảy ra vào tháng tới, ngay cả kỹ thuật viên cũng không thể nói

Bộ não con người bị hạn chế khả năng tiếp thu dữ liệu và lưu giữ

Kiến thức về DNA của con người đến thông qua chuỗi tiến hóa

Giống như robot, trí thông minh không thể được cài đặt trong não người

Cần rất nhiều thời gian và sự kiên nhẫn, một đứa trẻ cần được rèn luyện đúng cách

Nếu trí tuệ nhân tạo được kết hợp với ý thức và cảm xúc

Sẽ không có mục đích cải thiện và tiến hóa sinh học

Điều này có thể dẫn đến suy thoái chậm của bộ não con người và sự suy thoái của nhân loại

Để làm cho cuộc sống của con người thoải mái hơn, AI có thể không phải là giải pháp tốt nhất.

Phải chăng We Heaps Of Atoms là duy nhất?

Chúng ta có phải là một đống proton, neutron, electron và một số hạt cơ bản không?

Có phải đá, biển, đại dương, mây, cây cối và các động vật khác cũng chỉ đơn giản là đống

Sau đó, tại sao một số đống được đưa ra hô hấp, cuộc sống và ý thức

Trong cùng một tổ hợp các nguyên tử, một số sự sống là vô tội và một số nguy hiểm;

Không có câu trả lời, hoặc từ hạt Chúa, hoặc thí nghiệm khe đôi

Tại sao và làm thế nào hai hạt bị vướng víu ngay cả khi cách nhau hàng tỷ dặm

Có phải chúng ta chỉ quan sát các tác động tích lũy của sự kết hợp của nguyên tử?

Tuy nhiên, chúng ta vẫn đang đi trong bóng tối, liên quan đến câu hỏi cơ bản

Toàn năng chỉ có thể bị khoa học giam cầm và đày ải, khi chúng cho chúng ta giải pháp hoàn hảo.

Thời gian là sự phân rã hoặc tiến bộ mà không có sự tồn tại

Thời gian không là gì ngoài quá trình phân rã hoặc tiến bộ liên tục

Về bản chất, thời gian không có sự tồn tại, cũng không có bất cứ thứ gì mà thời gian có thể sở hữu

Thời gian có thể không trôi từ quá khứ đến hiện tại đến tương lai

Để hiểu thời gian theo cách như vậy là bản chất của bộ não của chúng ta

Rùa dù đã trải qua ba trăm năm cũng không biết qua

Đối với tương lai, con cá voi hai trăm tuổi không bao giờ lên kế hoạch hoặc tạo thành một niềm tin

Phép đo thời gian là một quá trình tương đối, để xác định quá trình phân rã chậm

Nhưng trong hàng triệu năm, núi và đại dương vẫn kiên định

Bộ não con người không thể hiểu được thời gian sau một trăm hai mươi năm

Thời gian không trôi, nhưng để phân rã, tâm trí của chúng ta chỉ sợ: hôm nay chúng ta hãy cổ vũ.

Các Pharaoh

Các Pharaoh của Ai Cập rất khôn ngoan và thực tế

Họ biết rõ rằng bất cứ lúc nào cuộc sống cũng có thể trở nên tĩnh tại

Các Pharaoh bắt đầu xây dựng kim tự tháp ngay sau khi đăng quang

Đối với họ, cố gắng trở thành bất tử không phải là một giải pháp thiết thực

Họ không bao giờ mong đợi rằng người thân yêu sẽ xây dựng một đài tưởng niệm

Để xây dựng ngôi mộ của riêng mình trong suốt cuộc đời là thích hợp hơn

Ở Ấn Độ cũng vậy, trong thời cổ đại, người già lên dãy Himalaya để chào đón cái chết

Sau khi chiến thắng trong cuộc chiến Mahabharata, Pandavas đã đi theo con đường tương tự

Rất nhiều nhà hiền triết đã thử nhiều mánh khóe và phương tiện khác nhau để trở nên bất tử

Nhưng nhận ra thực tế, cái chết là sự thật cuối cùng, và hành xử hợp lý.

Hành tinh cô đơn

Trái đất thân yêu của chúng ta là một hành tinh cô đơn trong hệ mặt trời

Thích hợp cho việc cư trú và cuộc sống sinh học với oxy

Hàng triệu năm tiến hóa khiến chúng ta trở thành con người có ý thức

Nhưng trong hành tinh cô đơn, đối với con người có sự cô đơn

Có thể có tám tỷ người homo sapiens sống trên trái đất

Cá nhân cô đơn trong cuộc sống của họ, ngay cả sau khi trở nên giàu có và thông minh

Chúng tôi là động vật xã hội mà chúng tôi luôn tuyên bố, nhưng thực sự ích kỷ là trò chơi

Sự tham lam, cái tôi và sự vượt trội phức tạp của tâm trí khiến chúng ta cô đơn

Mọi người cũng biết rằng một mình họ sẽ phải thực hiện hành trình cuối cùng.

Tại sao chúng ta cần chiến tranh?

Tại sao chúng ta cần chiến tranh trong thời hiện đại

Chủ nghĩa cộng sản gần như đã chết

Phân biệt chủng tộc đang chậm lại

Ô nhiễm và hủy hoại thiên nhiên đang ở đỉnh điểm

Công nghệ đang kết hợp con người thuộc mọi chủng tộc và tôn giáo

Nhưng do tư duy phá hoại, tương lai của nền văn minh ảm đạm

DNA của con người về hiếu chiến, luôn đi đầu

DNA tạo hòa bình trong cơ thể con người quá yếu

Cả Chúa lẫn khoa học đều không thành công trong việc ngăn chặn chiến tranh và giết chóc

Các nước phát triển vẫn đang bận rộn với việc bán vũ khí

Các quốc gia nghèo và ngu ngốc trở thành bãi chiến trường

Mỗi khoảnh khắc đều có nỗi sợ hãi về một quả bom hạt nhân gây ra vết thương lớn nhất.

Từ bỏ hòa bình thế giới vĩnh viễn

Hàng ngàn năm trước, ông đã dạy chúng ta bất bạo động

Ông nhận ra tầm quan trọng của hòa bình và im lặng

Nhưng là tín đồ của Đức Phật, chúng tôi tiếp tục bạo lực

Chúa Giê Su đã hy sinh mạng sống của mình để ngăn chặn những vụ giết người và sự tàn ác

Những lời dạy của Ngài giờ đây cũng bị suy yếu so với các giá trị của chúng ta một cách thầm lặng

Công nghệ cũng thất bại trong việc tích hợp con người với nhau vĩnh viễn

Hòa bình và tình anh em vĩnh viễn vẫn là một giấc mơ xa vời

Để bắt đầu bạo lực vì đẳng cấp, chủng tộc và tôn giáo, mọi người đều quan tâm

Sự vướng víu lượng tử không giải thích được, hận thù, tham lam, ghen tuông và bản ngã

Trừ khi giải pháp đến từ công nghệ, thế giới hòa bình vĩnh viễn phải từ bỏ.

Liên kết bị thiếu

Bạn không thể ăn bánh và cũng có nó

Điều này trái với quy luật tự nhiên

Bạn cũng không thể quay lại quá khứ và tương lai của mình

Tin vào cả hai, Chúa và Darwin, là đạo đức giả

Cả hai giả thuyết đều không thể đúng mà tất cả chúng ta đều biết

Tuy nhiên, để trả lời câu hỏi cho kết luận hợp lý, chúng tôi chậm

Mọi người giải thích cả hai giả thuyết theo sự thuận tiện

Nhưng giả thuyết như vậy không bao giờ có thể đúng hoặc khoa học

Các liên kết còn thiếu của Darwin vẫn còn thiếu

Đó là lý do tại sao hầu hết mọi người cầu nguyện với Thượng Đế và tìm kiếm phước lành.

Phương trình của Chúa là không đủ

Thay vì chết trong hộp, con mèo ra ngoài với một con mèo con
Không ai chú ý hoặc kiểm tra mèo về việc mang thai của nó
Schrödinger đặt con mèo vào hộp, mà không cần quan sát phút
Sự không chắc chắn liên quan đến dự đoán phức tạp hơn
Cho dù con mèo đã chết hay còn sống không phải là câu hỏi duy nhất
Vật lý lượng tử phải đưa ra quá nhiều ý kiến và giải pháp
Con mèo có thể đã sinh ra một số em bé
Vài người chết tại thời điểm mở hộp và vài người còn sống
Câu trả lời cho phương trình God và hạt God là không đủ
Để giải quyết câu hỏi về sự tồn tại của vũ trụ là rất khó khăn.

Sự bình đẳng của phụ nữ

Họ đối xử tàn bạo với một người phụ nữ đơn độc nhân danh niềm vui

Đôi khi ba, đôi khi bốn và đôi khi nhiều hơn

Bản năng động vật ở dạng tồi tệ nhất để đè bẹp femme fatale

Vì tiền, nhân danh tự do dân sự, tâm hồn người phụ nữ bị hủy hoại

Và họ tuyên bố là những người mang ngọn đuốc của nhân loại và nền văn minh

Trong quá trình tư duy của con người không có tính duy lý và hiện đại

Biện minh cho mọi thứ, dưới sự ưu việt phức tạp, cái tôi và ý chí tự do

Và tuyên bố quyền bình đẳng của phụ nữ trong lãnh thổ và văn hóa của họ

Một khi bạn vén lên tấm màn che, bạn có thể thấy sự thật cổ của nạn buôn bán phụ nữ

Sự bóc lột cho bản năng động vật, sự tàn bạo, đối xử vô nhân đạo đang nhấp nháy.

Vô cực

Vô cực trừ vô cực không phải là số không, mà là Vô cực

Từ vô cực là một từ kỳ lạ đối với nhân loại

Khái niệm vô cực chỉ giới hạn ở loài người thông minh

Tất cả các sinh vật khác không bận tâm về vũ trụ vô hạn

Khái niệm về sự vô hạn giữa con người rất đa dạng

Số lượng các con số kết thúc ở mức vô tận, vì bộ não của chúng ta không thể hiểu được

Nhưng đối với các thiên hà và các ngôi sao, sự vô tận có nghĩa là vô biên

Vượt ra ngoài ranh giới, bộ não và các nhà khoa học của chúng ta không thể theo dõi

Khi khái niệm về Chúa xuất hiện, vô cực có cơ sở điểm kỳ dị

Nếu không có vô tận, toán học và vật lý sẽ đi vào giai đoạn đầu.

Beyond The Milky Way

Vũ trụ hoặc vũ trụ lớn đến mức nào nằm ngoài tầm hiểu biết của bộ não con người

Rào cản về tốc độ, thời gian sẽ giữ chúng ta trong thiên hà Milky Way địa phương của chúng ta

Ngay cả Dải Ngân hà cũng rộng lớn đến mức không thể khám phá tất cả các ngóc ngách của nó

Với sự vô đạo đức của cuộc sống con người bởi khoa học và trí tuệ nhân tạo cũng sẽ ngắn

Trước khi hoàn thành khảo sát và đi du lịch, mặt trời của chúng ta sẽ mờ dần và chết đi mãi mãi

Cố gắng khám phá thiên hà Milky Way với một chiều thời gian là vô lý

Để làm như vậy, cuộc sống của chúng ta phải nằm ngoài phạm vi không gian và thời gian

Làm thế nào sự tồn tại vô hạn của vật chất và thiên hà này đến là một trò chơi kỳ lạ

Chúng ta vẫn còn mơ hồ về vật chất tối của vũ trụ và nó đến từ đâu

Hành trình của thiên văn học và khám phá Dải Ngân hà a sẽ vô cùng dài.

Hãy vui vẻ với giải khuyến khích và tiếp tục

Không có gì là, không có gì là, và không có gì sẽ nằm trong tầm kiểm soát của tôi

Tuy nhiên, tôi luôn hài lòng với giải thưởng hợp nhất

Mỗi lần tôi đứng lên hết lần này đến lần khác ngay cả sau khi ngã lớn

Không bao giờ yêu cầu sự giúp đỡ từ nhà vua hoặc bạn bè để đưa tôi đi đúng hướng

Tôi chỉ tự tin vào bản thân và khả năng của mình

Nhiều người đã cố gắng kéo tôi xuống hết lần này đến lần khác

Tôi cười nhạo họ, bởi vì những nỗ lực của họ sẽ vô ích

Về mong muốn và nỗ lực của họ, họ cũng không bao giờ có quyền kiểm soát

Khi họ không thể làm cho cuộc sống của chính mình có ý nghĩa và tuyệt vời

Làm thế nào chúng có thể cản trở các hoạt động hiện tại và tương lai của tôi

Họ hạnh phúc khi lãng phí thời gian quý báu của cuộc đời

Tin đồn và kéo chân là người bạn đồng hành nhàn rỗi của đàn ông như một con dao vô dụng.

Covid19 không thể khóa

COVID19 đã thất bại trong việc khóa chặt nền văn minh và tinh thần của con người

Vì vậy, mọi người nhanh chóng quên đi thảm họa mà nhân loại đã phải đối mặt

Bây giờ không ai nhớ đến những người đã mất mạng đột ngột

Mọi người lại quá bận rộn trong cuộc sống hàng ngày, không có thời gian để nhìn lại

Sự tham lam, bản ngã, hận thù và ghen tuông của con người vẫn như cũ

Không có bài học chung nào được học với tư cách là một xã hội hoặc một nhóm người

Tư duy này của con người thực sự kỳ lạ và đáng ngạc nhiên

Điều tốt là chương trình đang diễn ra mà không có bất kỳ sự gián đoạn nào

Để sống sót trong thảm họa tồi tệ nhất, đối với nhân loại, đây là giải pháp tốt nhất

Hãy để nền văn minh tiếp tục phát triển theo quy luật chọn lọc tự nhiên.

Đừng quá nghèo nàn về tư duy

Bạn có thể nghèo về số dư ngân hàng, nhưng đừng bao giờ nghèo về tâm trí

Bất cứ lúc nào, bất cứ nơi nào giàu có và tiền bạc, bạn có thể dễ dàng tìm thấy

Thái độ là điều quan trọng nhất để leo lên nấc thang dẫn đến thành công

Trong mỗi bục sau khi leo núi, bạn sẽ tìm thấy kim cương thô trong các hộp đầy đủ

Không có chiếc đèn thần nào ngoài đời thực như truyện cổ tích, bạn phải cắt kim cương thô

Trong nền tảng tiếp theo của thang, đánh bóng kim cương phải được thực hiện

Nếu thái độ của bạn là tiêu cực, bạn không bao giờ có thể leo lên độ cao

Bạn sẽ vẫn ở dưới cùng của dãy Hy Mã Lạp Sơn như một người nghèo khổ

Khi bạn bè và hàng xóm của bạn thành công, bạn sẽ ngạc nhiên

Nhưng nỗi đau của họ trong khi thu thập ngọc trai từ biển sâu, không ai nhận ra.

Nghĩ lớn và chỉ cần làm điều đó

Khi bạn nghĩ, hãy nghĩ lớn và chỉ cần làm điều đó

Ăn ý tưởng, uống ý tưởng, mơ ước ý tưởng

Không gì có thể ngăn cản bạn biến ý tưởng của mình thành hiện thực

Làm việc chăm chỉ với sự cống hiến và kiên định với ý tưởng của bạn

Đi ngủ với ý tưởng và kế hoạch tuyệt vời của bạn

Con đường mới và giải pháp cho các vấn đề sẽ đến vào buổi sáng

Ở mỗi ngã tư, có thể có những nghi ngờ và bối rối

Nhưng với sự kiên trì, bạn sẽ nhanh chóng tìm ra giải pháp

Đừng từ bỏ ước mơ và ý tưởng điên rồ của bạn, đối mặt với những lời chỉ trích

Trước khi bạn thành công và đạt đến đỉnh cao, bạn sẽ luôn chán nản với sự hoài nghi.

Chỉ riêng bộ não là không đủ

Bộ não cần thiết cho trí thông minh và ý thức

Nhưng chỉ riêng bộ não là không đủ để có cảm xúc và trí tuệ

Các tế bào thần kinh phát ra trong quá trình yêu, ghét, ghen tuông rất phức tạp

Sự vướng mắc của tâm trí và não bộ luôn luôn quá phức tạp

Tất cả các loài động vật có vú đều có trí thông minh thuộc các bộ và cấp độ khác nhau

Trong một số nhiệm vụ nhiều hơn homo sapiens, các động vật khác có thể vượt trội

Một câu chuyện khác về sự vượt trội mà mỗi vương quốc động vật phải kể

Thật tốt khi ý thức về thiên đường, động vật không thể nói

Điều này không có nghĩa là, ngoại trừ con người, tất cả sẽ xuống địa ngục

Chỉ đối với con người, tưởng tượng và lừa dối rất dễ bán.

Đếm và Toán

Mọi người đều biết sự khác biệt giữa việc ăn một quả táo và hai quả táo

Khái niệm về khả năng số có liên quan đến DNA

Bộ não có thể hiểu được các con số trước khi toán học được phát hiện

Ngay cả động vật và chim cũng có thể hình dung các con số trong não của chúng

Trí thông minh cảm ứng, toán học hiện đại ngày nay đào tạo

Khám phá toán học là một bước nhảy vọt khổng lồ đối với nền văn minh nhân loại

Không có toán học, hàng tỷ vấn đề sẽ không có giải pháp

Khả năng số học và ngôn ngữ cốt lõi cho trí thông minh của con người

Để tiến bộ và thành công, hai thành phần này có tầm quan trọng

Trí tuệ cảm xúc cũng vốn có trong gen của con người

Kinh nghiệm và môi trường làm cho trí thông minh, cảm xúc mạnh mẽ và sạch sẽ.

Bộ nhớ không đủ

Ghi nhớ các sự kiện và số liệu và tái tạo một mình không phải là trí thông minh

Bản thân kiến thức không phải là sức mạnh mà chỉ là vũ khí của sức mạnh

Trí tưởng tượng và đổi mới quan trọng hơn trí nhớ và kiến thức

Trí tuệ nhân tạo có bộ nhớ tốt hơn mà chúng ta phải chấp nhận và thừa nhận

Tuy nhiên, AI sẽ khó đánh bại con người trong đổi mới và phát minh

Chúng ta có trí tưởng tượng, cảm xúc và trí tuệ mà AI vẫn còn thiếu

Trong cuộc đua phát minh và đổi mới, con người có sự hỗ trợ DNA

Trong thời đại của máy tính và ChatGPT, hãy nghĩ xa hơn hộp đen và ranh giới

Trí tưởng tượng và trí tuệ của bạn là duy nhất cho bạn và cho nó đôi cánh

Trong cuộc chiến với AI và máy tính, con người sẽ thành công trên võ đài.

Bạn cho nhiều hơn, nhận nhiều hơn

Bạn càng cho đi nhiều hơn cho những người kém may mắn, bạn sẽ nhận được nhiều hơn

Sự hào phóng là một giá trị con người có thứ tự cao hơn và tuyệt vời

Luật hấp dẫn sẽ không cho phép giảm giá trị tài sản ròng của bạn

Định luật chuyển động thứ ba của Newton đúng với mọi lĩnh vực của cuộc sống

Các quy luật tự nhiên chảy như đường ống nước tự do bị gián đoạn

Kết quả của những việc làm tốt có thể mất ít thời gian hơn để chín muồi

Nhưng hãy chắc chắn, nó sẽ đến vào một ngày nào đó, có thể ở một loại khác

Khi bạn trồng một cây táo, thiên nhiên sẽ không cho quả mâm xôi

Trái cây này, bạn không thể thay đổi, nó là lãnh thổ của tự nhiên

Vì một thế giới mới tốt đẹp hơn, với những đức tính tốt, luôn thể hiện sự đoàn kết.

Buông bỏ và quên đi cũng quan trọng không kém

Cuộc sống là sự tích hợp của quá nhiều sự tra tấn về thể xác và tinh thần

Vì tinh thần chiến đấu của DND, chúng tôi luôn tìm thấy

Tra tấn làm cho cơ thể và tâm hồn của chúng ta mạnh mẽ hơn như rèn thép

Hầu hết các chấn thương, hệ thống phục hồi của chúng ta có thể dễ dàng chữa lành

Việc chữa lành tâm trí có thể khó khăn, nhưng thời gian và tình huống buộc phải di chuyển

Vấn đề khó khăn nhất của cuộc sống cũng vậy, một ngày nào đó thời gian có thể giải quyết

Quên đi mọi thứ là một đức tính tốt để cân bằng tâm hồn của chúng ta

Trong ký ức kín nước, cuộc sống của chúng ta sẽ trở thành nhà tù và địa ngục

Để quên đi sự sỉ nhục và tra tấn của cuộc đời, hãy buông bỏ là điều quan trọng

Trí tuệ nhân tạo như trí nhớ, đối với bộ não con người, có tiềm năng thảm khốc.

Xác suất lượng tử

Sự tồn tại của chúng ta với cái chết là phép màu duy nhất trong vũ trụ

Không có gì khác lạ, mọi thứ đều bị chi phối bởi các luật cụ thể

Trong toàn bộ các thiên hà, không có sự vô lý, hạn chế và sai sót

Các nguyên tử, các hạt cơ bản hoặc sự phân rã của neutron không phải là mới

Kể từ khi bắt đầu hình thành vật chất, các biến thể của vật lý rất ít

Thuyết tương đối, cơ học lượng tử có thể là kiến thức mới đối với nền văn minh

Nhưng từ rất lâu trước khi có con người, thiên nhiên đã thực hiện tất cả các tiêu chuẩn hóa

Vật lý hoặc bất kỳ quá trình nào cũng không thể buộc proton quay xung quanh electron

Khi thế giới vật chất hình thành, không có sự chọn lọc tự nhiên

Tất cả kiến thức của chúng tôi là xác suất lượng tử và kết hợp hoán vị.

Electron

Vũ trụ vật chất vốn không ổn định

Bởi vì electron không thể im lặng

Electron là một trong những hạt quan trọng nhất

Nhưng hành vi và tính chất của nó không đơn giản

Sự tồn tại của electron trong nguyên tử là biện chứng

Để liên kết proton và neutron, vai trò của electron là rất quan trọng

Có thể là do electron không ổn định, sự hỗn loạn luôn tăng lên

Entropy của vũ trụ và sự sáng tạo không bao giờ giảm

Tiếng khóc của một đứa trẻ khi sinh ra thông qua DNA là hiệu ứng điện tử

Rối loạn và hỗn loạn sẽ tăng lên, trẻ sơ sinh cũng phản ánh.

Neutrino

Các neutrino là bạn đồng hành của các electron mạnh

Tuy nhiên, họ bị bỏ quên và không phổ biến như các đối tác của họ

Chúng được gọi là hạt ma vì có thể thâm nhập vào mọi thứ

Không ai biết đó có phải là những làn sóng dây rung động hay không

Chúng tôi cũng không biết làm thế nào họ có được khối lượng trong khi đi du lịch phổ quát

Nhưng là hạt cơ bản, neutrino có rất nhiều ý nghĩa

Các neutrino có ba hương vị khác nhau, thật thú vị

Ngay cả khi đối phó với hạt Higgs của Chúa, neutrino vẫn rất xảo quyệt

Các neutrino đến từ mặt trời và cùng với tia vũ trụ

Vật lý hạt phải đi một chặng đường dài, về neutrino ma để nói.

Đức Chúa Trời là một người quản lý tồi

Thiên Chúa là một nhà vật lý xuất sắc và kỹ sư rất giỏi

Nhưng ông ấy là một giáo viên quản lý kém và là một bác sĩ tồi

Quản lý thế giới rất kém với xung đột

Sự di chuyển của con người thông qua thị thực mà ông hạn chế

Không có hạn chế đối với động vật và chim cấp thấp hơn, không rõ lý do

Tuy nhiên, ít lòng tốt hơn đối với động vật mà anh ấy đã thể hiện

Trẻ em bị giết trong chiến tranh và bởi những kẻ cực đoan mỗi ngày

Nhưng để ngăn chặn tất cả những sự tàn ác đó đối với con vật yêu thích của mình, anh ta không bao giờ nói

Hàng triệu người chết mỗi năm vì bệnh nan y

Các bác sĩ kiếm được rất nhiều tiền và họ ca ngợi những hoạt động này của Chúa

Các kỹ sư đổi mới mà không cần suy nghĩ quá nhiều về hậu quả

Nhân danh việc cứu sống, các bác sĩ thường mắc sai lầm theo trình tự.

Vật lý là cha đẻ của kỹ thuật

Vật lý là cha đẻ của tất cả các ngành kỹ thuật

Điện là cha đẻ của các thiết bị điện tử, nhưng cả hai đều không đơn giản

Cơ khí là cha đẻ của kỹ thuật sản xuất

Đối với những tuyên bố chống lại việc làm cha, cơ điện tử đang phải chịu đựng

Kỹ thuật dân dụng có nhiều con nuôi không có liên kết DNA

Kỹ thuật hóa học bận rộn, cách các phân tử suy nghĩ

Là con út của vật lý, khoa học máy tính hiện là vua

Họ đã loại bỏ tất cả các kỹ thuật để giành lấy ngai vàng trên võ đài

Điện thoại thông minh và máy tính lượng tử sẽ giúp họ cai trị thêm vài năm nữa

Khi trí tuệ nhân tạo tích hợp với bộ não, mọi người sẽ nói cổ vũ.

Kiến thức của mọi người về nguyên tử

Kiến thức của người bình thường về nguyên tử kết thúc bằng electron

Họ hài lòng với việc biết về proton và neutron

Họ không cần phải lo lắng về photon, positron hay boson

Mọi người hài lòng với kiến thức về giải pháp té táo

Trong quá trình này, chi phí của táo đang tăng lên do dân số

Máy tính và điện thoại thông minh đã giúp bùng nổ kiến thức

Nhưng mọi người đang sử dụng chúng để giết thời gian và đồng hành để giải trí

Sách đóng vai trò tốt hơn để truyền bá về electron, neutron và proton

Ngay cả sau khi có Google và Wikipedia trong tay, không biết boson

Công nghệ ngày càng được sử dụng nhiều để biện minh cho tôn giáo lỗi thời.

Electron không ổn định

Các hàm sóng sụp đổ mà không có kiến thức và quan sát của chúng tôi

Electron phát ra năng lượng để tồn tại trong quỹ đạo dưới dạng photon

Đối với điện tử không sụp đổ, nguyên tắc loại trừ của Pauli là giải pháp

Electron có xác suất bị che mờ trong hạt nhân vượt quá xác định

Nguyên lý bất định của Heisenberg cố gắng nói về vị trí bất định

Cấu trúc nguyên tử là vật chứa để electron quay xung quanh hạt nhân

Các electron tự do mất năng lượng để làm cho nguyên tử ổn định trong tự nhiên

Nhưng electron không thể thích điều này trong hệ thống mãi mãi

Do trọng lực, khi proton bắt electron, nó trở thành neutron

Cuối cùng, mọi thứ sụp đổ thành một lỗ đen trong thiên hà, ngoài sức tưởng tượng của chúng ta.

Lực cơ bản

Trọng lực, điện từ, lực hạt nhân mạnh và yếu là những yếu tố cơ bản

Cả bốn đều là các vũ trụ và thiên hà chi phối và kiểm soát các nguồn

Không có vật chất nào có thể tồn tại mà không có những lực cơ bản này

Lực hạt nhân mạnh và yếu là nguồn liên kết của nguyên tử

Nếu không có trọng lực, các ngôi sao, hành tinh và thiên hà sẽ có các khóa học va chạm

Điện từ là nền tảng cho các chức năng não và giao tiếp của chúng ta

Bởi vì bốn lực này, có sự tồn tại của sự kết hợp hành tinh

Tại sao và làm thế nào các lực lượng này đến khó có thể nói một cách tự tin

Sự liên kết của các nguyên tử sau vụ nổ lớn, đã xảy ra vì những lực này từ từ

Trong quá trình làm mát sau vụ nổ lớn, các lực này làm cho mọi thứ trở nên có trật tự.

Mục đích của Homo Sapiens

Trong vài tỷ năm, không có mục đích của sự sống trên trái đất

Đột nhiên khoảng mười nghìn năm trước, mục đích cho con người đã đến?

Không có sinh vật sống nào biết, mục đích của họ trên hành tinh với ánh sáng mặt trời là gì

Tuy nhiên, với tia nắng mặt trời, hành tinh mà con người gọi là trái đất rất sáng

Khỉ tổ tiên và tinh tinh của chúng ta đã giữ hành tinh này đúng cách

Một khi con người nhận ra trí thông minh của họ, họ tuyên bố mục đích

Tất cả các loài động vật khác đều là đầy tớ của chúng, người homo sapiens cho rằng

Mục đích của con người có thể là trí tưởng tượng của chính họ

Để chấp nhận giả thuyết mục đích, không có giải pháp khoa học

Lý thuyết của Darwin về chọn lọc tự nhiên, mâu thuẫn với khái niệm mục đích

Nhưng vì chọn lọc tự nhiên thiếu các liên kết, đa số mọi người chấp nhận.

Trước khi thiếu liên kết

Trước liên kết còn thiếu trong quá trình tiến hóa

Sự tiến hóa đã có một thành công đột phá khác

Đó là sự tách biệt của nhiễm sắc thể X và nhiễm sắc thể Y

Các sinh vật trung lập về giới tính cũng có khả năng sinh sản

Đối với giới tính và sinh sản, nhiễm sắc thể trung tính không cần phải quyến rũ

Sự khác biệt giới tính thông qua nhiễm sắc thể tạo ra sự bất bình đẳng

Hai mã DNA riêng biệt của nam và nữ xuất hiện chắc chắn

Là sự khác biệt về giới để có khả năng sinh sản tốt hơn

Hay là để làm cho sự tiến hóa của trật tự cao hơn sống sáng tạo đơn giản?

Cả nhiễm sắc thể X và nhiễm sắc thể Y đều là đồng nguyên tử

Tuy nhiên, đặc điểm, tính chất của chúng khác nhau và ngẫu nhiên

Giống như liên kết còn thiếu, tại sao và làm thế nào phân biệt giới tính, chúng tôi không có giải pháp.

Adam và Eva

Huyền thoại Adam và Eve đại diện cho nhiễm sắc thể X và Y

Việc giao phối của cả hai kết quả trong sự hình thành của cuộc sống mới, thế hệ tiếp theo

ADN mang đặc điểm di truyền và thông tin

Gen này chịu trách nhiệm về đột biến và tiến hóa liên tục

DNA mang thông tin là chất xúc tác cho quá trình chọn lọc tự nhiên

Ý thức có thông qua thông tin hay không là mơ hồ

Sự vướng víu lượng tử của các hạt khiến chúng ta phát điên

Trong quá trình vướng víu, nhiều người sinh ra lười biếng

Toàn bộ bức tranh về sự kết hợp của các nguyên tử với con người với sự sống vẫn còn mờ nhạt.

Những con số tưởng tượng rất khó

Những con số tưởng tượng khó tưởng tượng và khó hiểu

Sự phức tạp, tâm trí và bộ não của chúng ta, không thể dễ dàng hiểu được

Những thứ có thể nhìn thấy và chạm vào được, bộ não có thể dễ dàng mở ra

Các bài tập khó, tâm trí luôn thích giữ lạnh trong kho

Đó là lý do tại sao để thể hiện những điều phức tạp, phép loại suy rất táo bạo

Nhìn và chạm là tin, là bản năng cơ bản của con người

Đối với vật lý và triết học tưởng tượng, có sự quan tâm hạn chế

Để khám phá những điều và ý tưởng mới, trí tưởng tượng là tốt nhất

Không có trí tưởng tượng, có thể hay không, khoa học không thể tiến lên phía trước

Khi bạn khám phá hoặc phát minh ra những điều mới, bạn luôn nhận được phần thưởng xứng đáng.

Đếm ngược

Trong giai đoạn cuối cùng để bắt đầu một cuộc đua, luôn có đếm ngược

Bởi vì ở giai đoạn này áp lực tinh thần là rất lớn và gắn kết

Trong đếm ngược, số 0 được coi là điểm bắt đầu

Thành công hay thất bại cuối cùng của cuộc hành trình hoặc cuộc đua không chỉ khớp

Khi bạn đủ trưởng thành trong con đường tuyệt vời của cuộc sống

Học cách đếm ngược để đạt được thành công lớn hơn hoặc lớn hơn

Nếu không đếm ngược, mục tiêu cuối cùng không ai có thể xử lý

Cuộc sống của con người quá ngắn để đếm dần đến vô tận

Đếm ngược là cách duy nhất để đi đúng hướng với tinh thần đoàn kết

Nếu bạn không bắt đầu đếm ngược và thành công, đừng đổ lỗi cho số phận.

Mọi người đều bắt đầu từ con số 0

Tất cả chúng ta sinh ra để đếm với một tiếng khóc bắt đầu bằng số không

Về phía trước đếm thành tích nhiều hơn, bạn là một anh hùng

Thời gian không cho phép hầu hết chúng ta đếm quá hàng trăm

Đến tuổi chín mươi, mọi người từ bỏ sự nhiệt tình và đầu hàng

Ở tuổi năm mươi khi chúng ta đang ở giữa, tốt hơn là bắt đầu đếm ngược

Nó sẽ giúp bạn đánh giá cao cuộc sống và mỉm cười vì những phần thưởng của cuộc sống

Không để ý, mọi người đang đếm năm, tháng hoặc ngày

Ngày mai, nhiều người sẽ không thể nhìn thấy tia nắng mặt trời buổi sáng

Nếu bạn bắt đầu đếm tiến và lùi kịp thời

Khi thời gian của bạn kết thúc, bạn chắc chắn sẽ đạt đến đỉnh cao.

Câu hỏi về đạo đức

Tất cả kiến thức, kinh nghiệm và trí thông minh của chúng ta đều tự có được

Trí tuệ nhân tạo từ thế giới quan sát được, bộ não của chúng ta cũng cần

Nếu chúng ta cố gắng trải nghiệm mọi thứ một cách cá nhân, quá sớm chúng ta sẽ trở nên mệt mỏi

Việc áp dụng kiến thức từ những người khác mà không cần xác minh là nhân tạo trong tự nhiên

Nhiều kiến thức như vậy được chứng minh là sai, trong tương lai

Những cảm xúc như yêu, ghét, tức giận cũng có thể được giả vờ bằng não

Vì nhiều lý do khác nhau, vì nụ cười và niềm vui nhân tạo, bộ não của chúng ta cố gắng rèn luyện

Trí tuệ nhân tạo là một phần của nền văn minh nhân loại vì sự tiến bộ

Không có trí tuệ nhân tạo sẽ không có thành công nhanh chóng và nhanh chóng

Tích hợp trí thông minh tự nhiên và AI là nhiệm vụ khó khăn nhất

Trước khi hội nhập toàn diện với bộ não con người, xã hội phải đặt ra những câu hỏi về đạo đức.

All-Sin-Tan-Cos

Cuộc sống của con người là bốn hành trình góc phần tư trong thời gian

Nếu bạn có thể hoàn thành cả bốn góc phần tư, bạn thật may mắn và tốt

Mọi người đều phải trải qua hai mươi lăm năm học tập

Sự phát triển của cơ thể vật lý đạt đến kết thúc của nó

Tất cả đều không may mắn vượt qua góc phần tư đầu tiên, vì sự không chắc chắn

Thời điểm và tuổi của cái chết vẫn là phép màu đối với nhân loại

Trong góc phần tư thứ hai của hai mươi lăm năm, bạn quá bận rộn trong công việc

Để tìm kiếm cuộc sống tốt hơn và an ninh trong tương lai, mọi người đang chạy

Một số người di chuyển một mình mà không có bạn đồng hành, để tận hưởng

Góc phần tư thứ ba là thời gian để củng cố và tinh chỉnh

Kiến thức, kỹ năng và sự giàu có của bạn bắt đầu tích lũy

Cổ tức, thành công và mối quan hệ của bạn, bạn bắt đầu tính toán

Trong góc phần tư thứ ba, bạn là ông chủ và giám đốc điều hành lãnh đạo

Dần dần bạn mất cảm giác thèm ăn để trở nên giàu có hơn và tiến xa hơn

Tự thể hiện bản thân và hiểu biết nội tâm trở nên quan trọng hơn

Vào thời điểm bạn bước vào góc phần tư thứ tư, bóng của bạn trở nên dài

Cơ thể bạn mắc quá nhiều bệnh tật, bạn không còn mạnh mẽ

Áp lực, đường và các bệnh khác, bạn phải kiểm soát bằng thuốc

Tác dụng phụ của thuốc cũng rất xấu và có thể gây tử vong cho người

Đôi khi, quý vị trở nên lo lắng khi thấy hóa đơn y tế của mình

Không ai sẽ bận tâm chăm sóc bạn, tất cả đều bận rộn trong góc phần tư của riêng bạn

Hầu hết bạn bè của bạn cũng rời bỏ thế giới, và bạn bè trở nên dư thừa

Thực hiện các hoạt động của bạn trong từng góc phần tư một cách hiệu quả và khôn ngoan

Bạn chắc chắn sẽ không có bất kỳ hối tiếc nào ở cuối góc phần tư thứ tư.

Hỏa lực

Việc phát minh ra lửa đã làm thay đổi tiến trình của nền văn minh nhân loại

Nó đặt nền móng cho sức mạnh hỏa lực trong việc đàn áp xung đột

Bạn càng có sức mạnh hỏa lực để đàn áp con vật yếu hơn

Bạn càng có nhiều khả năng mở rộng và sống sót

Hỏa lực đã giúp con người trở thành người khỏe mạnh nhất để tồn tại và tiến bộ

Do cháy rừng lớn, nhiều loài động vật đã đi vào con đường thoái lui

Con người vẫn mang trong lòng ngọn lửa tích cực và tiêu cực

Điều này được chứng minh bằng các cuộc chiến tranh trong lịch sử, đã trở nên tàn phá

Tuy nhiên, ngọn lửa tích cực của trái tim đã giúp con người trở nên xây dựng

Nhưng đối với nền văn minh, hỏa lực của công nghệ hiện đại có thể mang tính quyết định.

Đêm Và Ngày

Mỗi đêm khi tôi khóc

Thế giới vẫn còn nhút nhát

Để giao diện điều khiển, vũ trụ không cố gắng

Cơn đau trở nên dữ dội

Trái tim trống rỗng và khô khan

The lonely skylark fly

Cả đêm là của tôi

Một mình một ngày nào đó tôi sẽ chết

Đối với người chết, mọi người sẽ nói lời tạm biệt

Tuy nhiên, khi mặt trời mọc, tinh thần rất cao

Trong ngày, không có thời gian để khóc

Không có lý do tại sao

Chỉ có tôi phải làm và chết.

Ý chí tự do và kết quả cuối cùng

Trong tình trạng kẹt xe, tôi có tùy chọn tự do đi bên trái hoặc bên phải

Nhưng mỗi lần đưa ra quyết định của riêng tôi, phong trào trở nên chặt chẽ

Dù rẽ trái, rẽ phải hay rẽ phải, hành trình tương lai hiếm khi tươi sáng

Để di chuyển từng mét một, tôi đã bị số phận của mình buộc phải chiến đấu

Với ý chí tự do, cặp đôi yêu nhau trong mười năm đã quyết định kết hôn

Trang trọng hóa cuộc hôn nhân với funfair làm điểm đến làm cỏ

Sau ba tháng, mọi người đều ngạc nhiên khi thấy họ chia tay

Chàng trai trẻ lên chuyến bay ra nước ngoài vì tương lai tươi sáng với ý chí tự do

Nhưng ngay cả sau khi tự do ý chí và rất nhiều hy vọng, trong vụ tai nạn máy bay, ông đã bị giết

Có mối quan hệ không chắc chắn giữa ý chí tự do và kết quả cuối cùng

Bất cứ lúc nào, nguyên tắc định mệnh hoặc sự không chắc chắn có thể tấn công.

Xác suất lượng tử

Vũ trụ bắt đầu với một quá trình hỗn loạn của các hạt lượng tử

Tất cả những gì xảy ra sau đó là xác suất lượng tử

Các ngôi sao và các thiên thể khác quay theo quỹ đạo có trật tự

Nhưng nhìn chung vũ trụ, các thiên hà luôn có ý định rỉ sét

Entropy của vũ trụ phải tiếp tục tăng để tồn tại

Để giải thích sự giãn nở của vũ trụ, năng lượng tối là điều cần thiết

Đa vũ trụ không gì khác hơn là xác suất lượng tử mà không có bằng chứng

Mut trong mọi triết lý tôn giáo, đa vũ trụ có nguồn gốc không thể chịu nổi

Vật lý cũng có những lý thuyết và giả thuyết khác nhau liên quan đến nguồn gốc của chúng ta

Sự thật đơn giản và cuối cùng của thực tế cho đến bây giờ là ảo tưởng và chưa ai nhìn thấy.

Tỷ Lệ Tử Vong Và Bất Tử

Tôi hạnh phúc vì tôi là người trần tục, với thế giới một vài ngày du lịch

Tôi hạnh phúc hơn khi tất cả những người khác đều bất tử và là nhà cung cấp dịch vụ

Bạn bè và người thân bất tử sẽ nói lời tạm biệt khi tôi rời đi

Sẽ không ai biết, những lượt chơi tiếp theo của tôi, nếu có, tôi sẽ bắt đầu như thế nào

Sau một tuần, mọi người sẽ quên tôi, vì mọi người đều thông minh

Họ sẽ bận rộn trong các siêu thị, đổ đầy giỏ hàng gia đình của họ

Ngay cả khi đó, thời gian sẽ trôi qua theo cùng một cách, ngày, tháng, năm rất nhanh

Vì sự bất tử, chúng có thể không bao giờ mệt mỏi hoặc sẽ không bị phân hủy hoặc rỉ sét

Sau một trăm năm, ai đó có thể quan sát lễ kỷ niệm một trăm năm ngày mất của tôi

Sau một ngàn năm, người ta có thể tìm thấy tôi trong mạng, có thể nói tôi là người đương đại

Nhưng phản ứng của anh ta sẽ không có bất kỳ cảm xúc và tạm thời nào

Tỷ lệ tử vong và bất tử đi đôi với nhau, mọi người không muốn chết

Tuy nhiên, cho đến ngày cuối cùng của cuộc đời, để trở nên bất tử, tôi sẽ không bao giờ cố gắng.

Cô Gái Điên Rồ Ở Ngã Tư

Cô đi lang thang trên ngã tư đường, mỗi ngày, cười, mỉm cười và nói chuyện với chính mình

Không bao giờ bận tâm ai sẽ đến, ai sẽ đi, hoàn toàn không quan tâm đến sự chú ý

Không bận tâm đến chiếc váy bẩn thỉu của cô ấy, khuôn mặt không trang điểm và mái tóc bụi bặm

Nếu mỉm cười và cười là dấu hiệu của hạnh phúc, cô ấy phải hạnh phúc và vui vẻ

Nó cũng phải là một đống proton, neutron, electron và các hạt cơ bản khác

Theo cùng một định luật về chuyển động, điện từ hấp dẫn và cơ học lượng tử

Tuy nhiên, cô ấy khác biệt, có thể là hành vi ngang bướng của các điện tử không ổn định

Các bác sĩ không thể đưa ra bất kỳ giải pháp nào, tại sao cô ấy lại khác biệt và được chữa khỏi

Không có lời giải thích thực sự nào cho các hành vi không đối xứng trong ý thức của cô ấy

Ý thức và phát xạ tế bào thần kinh của cô vượt ra ngoài lời giải thích về lý thuyết lượng tử

Đối với khuôn mặt tươi cười và hạnh phúc của cô ấy, mọi người thể hiện sự thương hại và bày tỏ sự xin lỗi

Nhưng, bất kể các nhà quan sát lượng tử, cô ấy đang sống cuộc sống của mình một cách vui vẻ.

Nguyên tử so với phân tử

Các phân tử có thể không phải là nền tảng cho việc tạo ra hành tinh và vũ trụ

Cacbon, hydro, oxy, silic và nitơ làm cho trái đất đa dạng

Canxi, sắt, natri, kali đều ở dạng phân tử ngâm

Không có sự kết hợp của các phân tử nguyên tử là không thể là đúng

Nhưng nếu không trở thành phân tử, sự tồn tại của các nguyên tố không thể tích lũy

Neutron có thể phân rã thành proton và electron thành các nguyên tử khác nhau

Sự kết hợp của proton và electron cũng đang diễn ra ngẫu nhiên

Protein và axit amin ở dạng phân tử để tạo ra sự sống

Quá trình quang hợp để cung cấp thức ăn cho vương quốc động vật ở trạng thái nguyên tử là không thể

Vì các phân tử không ổn định như nguyên tử, đối với sự tồn tại của chúng ta, các phân tử là đáng tin cậy.

Hãy để chúng tôi đưa ra một giải pháp mới

Sông, hồ, biển và đại dương đều có đáy

Độ sâu của mỗi vùng nước không đối xứng mà ngẫu nhiên

Các ngọn đồi có thể cao hoặc ngắn, xanh lá cây hoặc trắng quanh năm

Nhưng đối với đặc điểm của mọi thứ, nguyên tử chỉ quan trọng

Vẻ đẹp của thiên nhiên hay những vì sao hay những người phụ nữ, tất cả đều là những đống nguyên tử

Không ai có thể nhìn thấy vẻ đẹp của bất cứ điều gì mà không phát ra hình ảnh

Các hạt cơ bản và nguyên tử, tạo ra tất cả sự khác biệt trong sự kết hợp

Con người không có quyền kiểm soát bất cứ điều gì trong quá trình hình thành sớm

Con người cũng không làm gì để đẩy nhanh hoặc làm chậm quá trình tiến hóa

Để làm cho thế giới tốt đẹp hơn với tình yêu thương và tình anh em, chúng ta có thể đưa ra giải pháp.

Thống kê Fermi-Dirac

Trong cuộc sống hàng ngày của chúng ta, chúng ta thấy rất nhiều người không có sự tương tác

Số liệu thống kê Fermi-Dirac có thể cho chúng ta một giải pháp hiểu biết hợp lý

Các số liệu thống kê được áp dụng cho cả cơ học cổ điển và cơ học lượng tử

Mỗi con người có tư duy, thái độ và động lực khác nhau

Mỗi hạt cơ bản đều có cách cân bằng nhiệt động lực học riêng

Ngay cả khi không có khối lượng có thể đo được, các hạt vẫn có động lượng của nó

Thống kê Bose-Einstein cũng áp dụng cho các hạt giống hệt nhau, không thể phân biệt được

Toàn bộ quá trình mô tả các hạt rất phức tạp và không đơn giản

Tại một thời điểm nào đó, trong vũ trụ vô hạn, sự hiểu biết của chúng ta bị tê liệt

Nhưng sự tò mò của tâm trí con người và vật lý không bao giờ hoàn toàn bị khóa.

Tâm lý vô nhân đạo

Con người đã trở nên vô nhân đạo và độc ác

Mặc dù bây giờ là một ngày không có cuộc đấu tay đôi lịch sử

Nhưng để giết người vô tội, một vấn đề nhỏ có thể cung cấp nhiên liệu

Sự khoan dung đang đi xuống nhanh hơn quy luật lợi tức giảm dần

Nếu bạn đấu tranh cho sự thật và công lý, viên đạn tiếp theo có thể đến lượt bạn

Đối với các sự cố nhỏ, nhiều thành phố người dân điên cuồng đốt

Bất cứ lúc nào, bất cứ nơi nào vì bất kỳ lý do gì bạo lực chết người có thể quay trở lại

Con người bây giờ một ngày đang khát máu của con người

Trên thế giới có nhiều người chết vì bạo lực hơn là lũ lụt tàn phá

Sự hy sinh của Chúa Giêsu cho nhân loại, hiện đang trong tình trạng vô nghĩa, vì sự tàn ác đang ở đỉnh điểm

Với bạo lực, chiến tranh, hận thù, không khoan dung, chẳng mấy chốc kết cấu của nhân loại sẽ bị phá vỡ.

Quy trình kinh doanh

Có phải cuộc sống chỉ là một quá trình kinh doanh để tối đa hóa năng suất và lợi nhuận

Hoặc đó là một quá trình tự nhiên, để góp phần vào sự tiến hóa và tiến bộ

Toàn xã hội bây giờ trở thành một nơi để tiếp thị sản phẩm

Làm thế nào để đánh lừa mọi người bây giờ là một kỹ năng lớn để sinh tồn và trở nên khỏe mạnh nhất

Không thể tiếp tục với sự thật và đơn giản và trung thực

Có sự tham lam vô hạn đối với sự giàu có và trở nên nổi tiếng bằng móc hoặc lừa đảo

Để làm phong phú thêm tinh thần, không ai muốn dành thời gian hoặc đọc một cuốn sách

Trên thị trường, bằng cách nào đó bạn phải bán dịch vụ hoặc sản phẩm của mình

Từ kết cấu xã hội, các mối quan hệ và giá trị, nó luôn luôn khấu trừ

Nếu bạn không thể làm tiếp thị và kiếm lợi nhuận, không có gì trong cuộc sống bạn có thể xây dựng.

Nghỉ ngơi trong hòa bình (RIP)

Khi tôi chết, ai đó có thể viết cáo phó

Nhưng nói với phần còn lại trong hòa bình sẽ là bình luận chính

Bây giờ không ai hỏi tôi, liệu tôi có bình yên hay không

Ngay cả những người bạn thân nhất của tôi cũng rơi vào cùng một lô

Tôi đã không hỏi bất cứ ai, liên quan đến sự bình an của họ

Sau cái chết của những người bạn của tôi cho đến bây giờ, tôi cũng đang theo phương tiện tương tự

Cái chết bây giờ rất rẻ mạt và vô cảm đối với tất cả chúng ta

Mặc dù đúng là một ngày nào đó mọi người sẽ lên xe buýt

Sau khi chết, hòa bình và hạnh phúc trở nên không liên quan

Nghỉ ngơi trong hòa bình là một bằng sáng chế lối sống hiện đại rất gần đây

Mọi người quá bận rộn và không có thời gian để bình yên và nghỉ ngơi

Sau khi chết để nói nghỉ ngơi trong hòa bình với bạn bè là dễ dàng và tốt nhất.

Linh hồn là có thật hay là tưởng tượng?

Sự tồn tại của linh hồn luôn bị nghi ngờ là không có bằng chứng khoa học

Ý thức của các sinh vật sống là có thật, nhưng nó có phải là vấn đề quan phòng không?

Giả thuyết về linh hồn bắt rễ sâu, tồn tại nền văn minh sau nền văn minh

Linh hồn và sự liên tục của nó sau khi chết là một phần không thể thiếu trong hầu hết các tôn giáo

Để chứng minh điểm này, hóa thân và tiên tri là giải pháp tôn giáo

Tuy nhiên, kể từ khi thất bại cho đến bây giờ để tìm ra liên kết còn thiếu của cơ thể và tâm hồn

Lý do của ý thức bậc cao hơn cũng vẫn chưa được tiết lộ

Trong các thiên hà vô hạn, việc khám phá khoa học chỉ là một hạt bụi nhỏ

Những câu hỏi thích hợp về linh hồn và ý thức, khoa học trả lời phải

Nếu không, trong lĩnh vực thời gian, nhiều giả thuyết của khoa học sẽ bị bào mòn.

Tất cả các linh hồn có phải là một phần của cùng một gói không?

Linh hồn của các sinh vật khác nhau có phải là một phần của cùng một gói phần mềm không?

Mỗi linh hồn có sự vướng víu lượng tử, nhưng hành lý khác nhau

Cũng thông qua quá trình tiến hóa, tất cả các sinh vật đều có sự ràng buộc sinh thái

Nhiều loài bị tuyệt chủng, vì theo thời gian, chúng không tiến hóa

Con người, loài động vật tự xưng là tối cao hiện đang tìm kiếm những sự cứu rỗi đó

Tuy nhiên, mối quan hệ giữa phần mềm và phần cứng của cuộc sống vẫn còn thiếu

Khoa học, tôn giáo và triết học có tư duy độc đáo của riêng mình

Không ai có thể chứng minh một cách thuyết phục rằng giả thuyết của họ là chính xác

Khi tâm trí tò mò hỏi những câu hỏi khó, mọi người đều rút lại

Về vấn đề quan hệ linh hồn thể xác, cho đến nay, các tôn giáo có nhiều tác động hơn.

Nhân

Không có hạt nhân, không có nguyên tử nào có thể hình thành hoặc tồn tại dưới dạng nguyên tử

Bản thân các hạt cơ bản không thể hình thành vật chất

Những thứ trong vũ trụ có thể có một giả thuyết để giải thích tốt hơn

Hệ mặt trời không thể tồn tại và tiếp tục mà không có mặt trời

Các vệ tinh cũng là lực lượng cân bằng, và không phải vì niềm vui của con người

Nếu không có một hạt nhân trung tâm với năng lượng to lớn, vũ trụ không thể theo thứ tự

Cho dù đó là Chúa hay cái gì khác, vật lý phải đào sâu hơn nữa

Khoảng cách giữa các ngôi sao và thiên hà nằm ngoài tầm với của tên lửa của chúng ta

Cho đến bây giờ để khám phá mọi ngóc ngách của thiên hà của chúng ta nằm ngoài túi của chúng ta

Tuy nhiên, rất nhiều người đã sẵn sàng ra ngoài vũ trụ mãi mãi, mua vé đắt tiền

Sự tò mò và thôi thúc muốn biết điều chưa biết này chính là nền văn minh

Với công nghệ lượng tử, việc khám phá không gian sẽ có được động lực

Cho đến khi chúng ta tìm thấy hạt nhân hoặc sự thật tối thượng đằng sau sự liên kết của các ngôi sao

Hãy để mọi người hạnh phúc với niềm tin tôn giáo và lời cầu nguyện của họ.

Ngoài Vật lý

Vượt ra ngoài thế giới kỳ lạ của vật lý, thế giới của sinh học

Sự kết hợp của các nguyên tử tạo ra các phân tử protein

Virus và sinh vật đơn bào ra đời

DNA mang thông tin bắt đầu quá trình tiến hóa

Sự liên kết giữa vật lý và sinh học có thể đưa ra giải pháp cơ bản

Kỹ thuật đảo ngược thông qua di truyền có thể cho biết sự sống hình thành như thế nào

Đối với Đức Chúa Trời toàn năng, có thể không có bất cứ điều gì bên trong trò chơi

Ngoài vật lý, còn có tình yêu, lòng nhân đạo và thiên chức làm mẹ để mang lại sự sống mới

Giống như sự kết hợp của proton và electron, chúng ta có vợ chồng

Bí ẩn của sự sáng tạo sẽ tiếp tục ngay cả sau khi cơ học lượng tử

Một số nhà vật lý sẽ cho chúng ta những ý tưởng mới về sự tồn tại với giả thuyết mới

Cuộc sống sẽ tiếp tục cạnh tranh với trí tuệ nhân tạo và chiến tranh

Con người có thể không tìm thấy lý do tồn tại nhưng sẽ xâm chiếm các ngôi sao.

Khoa học và Tôn giáo

Khoa học không bao giờ đề cập đến văn bản tôn giáo để chứng minh lý thuyết của nó

Các lý thuyết và giả thuyết khoa học không dựa trên ký ức

Văn bản tôn giáo trong giai đoạn đầu của nền văn minh được truyền qua các thế hệ

Những văn bản đó luôn cố gắng lấy từ xác nhận khoa học

Nếu Chúa có tồn tại trong một thiên hà khác, văn bản tôn giáo không phải là phiên bản của ông

Để chứng minh điều đó với sự xác nhận, các nhà lãnh đạo tôn giáo không có giải pháp

Thông thường, họ tham khảo một câu thơ về bữa ăn để chứng minh nó dựa trên khoa học

Nhưng không có tài liệu tham khảo toán học nào về các định luật cơ bản trong phòng thủ

Các nhà tiên tri và các nhà cai trị tôn giáo không phải là người phát minh ra các lý thuyết khoa học

Giống với tự nhiên và quy luật tự nhiên chỉ là hệ quả tất yếu

Tôn giáo và khoa học có thể là hai mặt của đồng xu được gọi là cuộc sống

Nhưng khi nói đến phòng thí nghiệm hoặc thử nghiệm vật lý, các tôn giáo trượt.

Tôn giáo và đa vũ trụ

Dù bạn ở đâu, hãy hạnh phúc và sống trong hòa bình

Đây là quan điểm của hầu hết các tôn giáo về linh hồn

Có phải điều đó có nghĩa là các tôn giáo biết về vũ trụ song song

Hoặc đó là cách dễ dàng nhất để cô đơn cho những người gần gũi và thân yêu

Khái niệm về một số vũ trụ vốn có trong một vài tôn giáo

Nhưng nó vượt ra ngoài sự vướng víu lượng tử và các giải pháp cụ thể

Ngay cả khái niệm ngày nay về vũ trụ song song cũng không có hướng

Vật lý khi đi sâu hơn vào bên trong nguyên tử và các hạt cơ bản

Thay vì trở nên cụ thể, hãy trở nên triết lý với những trở ngại

Ngay cả trong các kích thước lớn hơn của vũ trụ, các hằng số vũ trụ học khác nhau

Sau đó, toàn bộ lý thuyết hoặc giả thuyết bắt đầu nghi ngờ và bị ảnh hưởng

Tôn giáo là vấn đề của đức tin và các tín đồ không bao giờ yêu cầu bằng chứng

Ngay cả những bộ óc khoa học và lý trí nhất cũng không bao giờ nói rằng quan điểm là ngu ngốc.

Tương lai của khoa học và đa vũ trụ

Khi mọi người chết, người thân nói, hãy sống trong hòa bình, dù bạn ở đâu

Quan điểm tôn giáo này ăn sâu vào xã hội và mở rộng quá xa

Mọi người được an ủi từ nỗi đau ra đi và cố gắng chữa lành vết sẹo

Phần lớn những người đó không nhận thức được sự vướng víu lượng tử

Cho dù đa vũ trụ có tồn tại hay không, đối với họ hoàn toàn không quan trọng

Giống như mọi loài động vật, con người cũng sợ chết và rời khỏi thế giới

Vì vậy, khái niệm sống trong một thiên hà khác có thể đã mở ra

Cũng có thể nền văn minh của chúng ta lâu đời hơn bằng chứng

Hàng triệu năm trước, một số sinh vật tiên tiến có thể đã ở đây trên đường đi

Những người từ thế giới có thể đã tương tác với những sinh vật đó

Khi họ rời đi đến đích, con người bắt đầu cầu nguyện

Sự tồn tại của các vũ trụ khác truyền qua miệng

Về lâu dài sự tồn tại của sự sống trong các vũ trụ khác trở nên mập mạp

Vật lý hiện có giả thuyết về đa vũ trụ để giải thích tự nhiên

Nếu đa vũ trụ thực sự tồn tại ở các thiên hà khác, tương lai của khoa học sẽ khác.

Ong mật

Trên thế giới, phần lớn con người sống như ong mật

Nếu bạn nhìn từ trên cao, các tòa nhà khổng lồ là cây cối

Trong cộng đồng dân cư của họ, họ không có danh tính

Tuy nhiên, giống như những con ong của tổ ong, mọi người đều sống trong nhà của họ với sự đoàn kết

Họ làm việc và làm việc cho con cái của họ, không nghỉ ngơi

Luôn cố gắng cung cấp cho con cái những gì chúng nghĩ là tốt nhất

Giống như ong mật chỉ vào ban đêm, chúng nghỉ ngơi

Một ngày nọ, chân của họ trở nên yếu để đi lại và tay để làm việc

Đến lúc đó, con cái của họ trở thành người lớn và bắt đầu rung chuyển

Tại nhà dưỡng lão hoặc nhà thương điên, cơ thể không hợp lệ bị khóa

Mọi người đều quên, ngày xưa ngày xưa, họ đã làm việc chăm chỉ như thế nào

Giống như ong mật, chúng cũng rơi xuống đất, không ai để ý

Nhưng trong những ngày xanh hơn, để tận hưởng cuộc sống, một số người bạn không thể thuyết phục.

Cùng kết quả

Cơ học lượng tử không bao giờ phân biệt giữa người lạc quan và người bi quan

Sự khác biệt có thể là do xác suất lượng tử hoặc vướng víu

Người lạc quan và người bi quan là hai mặt của cùng một đồng tiền trên thế giới

Nhưng, với cuộc sống hàng ngày, theo những cách khác nhau, chúng mở ra một cách khác nhau

Trong trò chơi cricket và bóng đá, bạn có thể giành chiến thắng ngay cả sau khi thua cuộc

Với sự bi quan, người đó có thể chiến thắng trong thời gian dài, với phước lành của thập tự giá

Lạc quan không đảm bảo thành công và hạnh phúc trong suốt cuộc đời

Đối với nhiều người lạc quan về lâu dài, sự lạc quan vẫn chỉ là một sự cường điệu

Những người bi quan chỉ chết một lần, điều đó quá hạnh phúc mà không có bất kỳ hối tiếc nào cho thất bại

Những người lạc quan chết nhiều lần sau khi mọi giấc mơ bị trật bánh, hãy chắc chắn

Đối với người lạc quan hoặc bi quan, cách duy nhất là tiếp tục và kết thúc trò chơi

Mặc dù có ý chí tự do, làm việc chăm chỉ, vướng víu lượng tử sẽ cho kết quả tương tự.

Cái Gì Đó Và Không Có Gì

Một cái gì đó và không có gì, không có gì, và một cái gì đó

Thiên Chúa, không có Thiên Chúa, không có Thiên Chúa, Thiên Chúa khó hiểu hơn trứng so với gà mái

Vụ nổ lớn hay không có khởi đầu, không có kết thúc, chỉ có sự mở rộng và mở rộng

Năng lượng tối hoặc không có năng lượng tối, vũ trụ đang giãn nở hoặc đơn giản là một ảo ảnh

Phản vật chất và các hạt cơ bản có vai trò và tỷ lệ riêng

Các định luật vật lý được xây dựng trước, hoặc vũ trụ đến trước

Cũng là một câu hỏi nghiêm túc như một cái gì đó và không có gì, không nên rỉ sét

Để biết bản chất và vũ trụ, mỗi câu hỏi phải có câu trả lời

Việc tích hợp vật lý, sinh học, hóa học, toán học sẽ được thực hiện như thế nào

Cảm xúc và ý thức của con người cũng có những hoạt động khác nhau

Cũng không chắc chắn liệu bảng, lý thuyết của tất cả mọi thứ có thể biến

Ở giữa, các tôn giáo có sức mạnh để buộc thế giới đốt cháy

Ngay cả sau khi giải trình tự bộ gen và biết sự vướng víu lượng tử

Mọi người hạnh phúc và hài lòng khi đăng ký giải quyết tôn giáo

Bởi vì vật lý vẫn còn rất xa để quyết định một cái gì đó hoặc không có gì.

Thơ hay nhất

Bài thơ khoa học hay nhất từng được viết là về khối lượng và năng lượng

Điều này dẫn đến không gian, thời gian, khối lượng và năng lượng được giải thích trong sức mạnh tổng hợp

E bằng m c bình phương đã thay đổi nhiều thứ trong vật lý mãi mãi

Sự phổ biến của bất kỳ định luật khoa học nào, như quan hệ năng lượng vật chất, là rất hiếm

Ngay cả các định luật chuyển động của Newton vẫn còn phổ biến

Tính đối ngẫu vật chất-năng lượng đã phá hủy sự thống trị của vật lý cổ điển

Nó mở ra một thế giới chưa được biết đến của lý thuyết và cơ học lượng tử

Bài thơ giải thích hầu hết thế giới hữu hình của chúng ta là phương trình năng lượng vật chất

Thuyết tương đối đã đưa ra nhiều giải pháp cho những điều không giải thích được

Trọng lực, lực điện từ, lực hạt nhân mạnh và yếu là vô hình

Nhưng ứng dụng của chúng trong kỹ thuật, đã làm cho thế giới hiện đại này trở nên khả thi

Trong việc giải thích triết học của tự nhiên, thơ ca và vật lý tương thích với nhau.

Nhuộm tóc của bạn

Tóc bạc và tuổi già không có nghĩa là kiến thức và trí tuệ

Ngay cả ở cuối cuộc đời sau tuổi tám mươi, nhiều người vẫn sống trong vương quốc của những kẻ ngốc

Đa số mọi người không học hỏi được từ kinh nghiệm và quá khứ

Vì vậy, sự non nớt và ngu ngốc của họ vẫn tồn tại cho đến hơi thở cuối cùng

Có bằng cấp và sự giàu có không thể làm cho bất cứ ai trở thành một quý ông

Không có giá trị và cảm xúc trong trái tim, bạn chỉ có thể trở thành một nhân viên bán hàng

Kiến thức và sự khôn ngoan với các giá trị sẽ làm cho bạn tốt về bản chất

Ngay cả với những người nghèo nhất trong số những người nghèo, bạn cũng không thể cư xử thô lỗ

Những con người trung thực dựa trên giá trị hiện đang cần thiết hơn trong xã hội

Chúng ta không cần các chuyên gia và được giáo dục với tâm lý tham nhũng.

Người không ổn định

Phần lớn con người không ổn định và có vấn đề về sức khỏe tâm thần

Hành vi ngang bướng của nam thanh niên, các điện tử có thể có manh mối

Vật lý có thể giải thích cho chúng ta, tại sao bầu trời không có thật mà trông có vẻ xanh

Ngay cả bây giờ, thuốc không thể chữa khỏi nhanh chóng, cảm lạnh và cúm theo mùa

Tại sao một số virus vẫn bất khả chiến bại, cả vật lý và bác sĩ đều không có câu trả lời

Dự báo hoàn hảo về thời tiết và lượng mưa rất hạn chế và hiếm

Trong cuộc sống của con người, não phát ra hàng tỷ neutron để thể hiện cảm xúc

Nhưng nó sẽ hoạt động theo cách nào, không nhà vật lý nào có thể đưa ra dự đoán chính xác

Xác suất lượng tử của mọi khoảnh khắc trong tương lai là không giới hạn

Bất cứ lúc nào, trong bất kỳ tai nạn nào, bác sĩ giỏi nhất đều có thể bị giết.

Hãy để thơ ca đơn giản như vật lý

Tại sao thơ không thể đơn giản như toán học và vật lý

Sự thật luôn đơn giản, rõ ràng và không cần những từ khó

Thơ ca không cần phải cứng rắn ngoài sự hiểu biết về con người bình thường

Nó không chỉ đơn thuần là để các lớp học ưu tú biết về những biểu hiện bên trong

Giống như các quy luật của chuyển động hành tinh, thơ nên đơn giản và đẹp

Thơ ca phải có khả năng truyền tải những giá trị tốt đẹp hơn của con người để làm cho cuộc sống vui vẻ

Các định luật Newton rất đơn giản và dễ hiểu

Toàn bộ chuyển động của hành tinh, theo cách đơn giản, chúng ta có thể biết xung quanh

E bằng m c bình phương giải thích đối ngẫu năng lượng vật chất, không phức tạp

Vật lý và thơ ca có thể dễ dàng đi đôi với nhau để làm cho cuộc sống tốt đẹp hơn

Từ khó và chỉ với ý nghĩa bên trong, thơ ca sẽ không trở nên mạnh mẽ hơn

Không có định nghĩa về thơ ca, đó là ranh giới ít giống với các thiên hà ngoài dải ngân hà

Về toán học và vật lý, một bài thơ đơn giản có thể nói một cách dễ dàng.

Max Planck Vĩ Đại

Cơ học lượng tử phát triển ngay sau khi tạo ra vũ trụ

Hành vi của các hạt cơ bản không ổn định, ngẫu nhiên và đa dạng

Nhanh chóng, electron, proton, neutron, photon ra đời đúng lúc

Không ai biết tia lửa và lực lượng ban đầu cần thiết đến từ đâu

Trong hàng tỷ năm, điểm kỳ dị có trật tự chuyển sang hỗn loạn làm tăng entropy

Vũ trụ, vật chất và năng lượng có phải là nguyên mẫu mới của bản sao cũ không?

Max Planck đã phát hiện ra lý thuyết lượng tử, sau khi homo sapiens đến trái đất

Vật lý hiện đại và cơ học lượng tử, khám phá của ông đã sinh ra

Mặc dù con người đến với thế giới thông qua quá trình tiến hóa

Electron, proton, neutron chưa bao giờ trải qua quá trình tiến hóa, vật lý chưa có lời giải

Vẫn còn quá nhiều liên kết còn thiếu trong việc giải thích, năng lượng vật chất đến từ đâu

Trong việc tạo ra vũ trụ, vật lý và tiến hóa không phải là trò chơi duy nhất.

Tầm quan trọng của người quan sát

Một khi thế giới được cai trị bởi khủng long và các loài bò sát khác
Vì sự tiến hóa và chọn lọc tự nhiên, một số bắt đầu bay
Các loài thông minh và lờ đờ vẫn ở trong đại dương và biển
Trong thời kỳ hoàng kim của khủng long, trái đất di chuyển xung quanh mặt trời
Hoa hướng dương biết bình minh và hoàng hôn và theo đó rẽ
Không có sinh vật nào bị làm phiền về vòng quay và vòng quay của trái đất
Ngay cả trong điều hướng, những con chim di cư vẫn chính xác và rất thông minh
Trong hàng ngàn năm, ngay cả homo sapiens cũng không biết cách mạng
Cho đến khi Galileo thông minh đưa ra một định đề triệt để cho thế giới
Động vật không phản đối lý thuyết xoay vòng và cách mạng
Nhưng đồng loại người khôn ngoan đã phản đối Galileo và lý thuyết của ông một cách quyết tâm
Galileo đã bị bỏ tù vì suy nghĩ khác biệt và chống lại niềm tin cũ
Nhưng với tư cách là người báo hiệu sự thật, anh ta xác nhận lý thuyết của mình và cố gắng chống lại
Những lời của ông 'tuy nhiên nó di chuyển' cho thấy tầm quan trọng của người quan sát
Chỉ những người quan sát có kiến thức và trí tưởng tượng mới có thể thay đổi thế giới mãi mãi
Thuyết tương đối đã có từ khi bắt đầu hệ mặt trời của chúng ta

Einstein đã thực hiện quan sát và đặt nó như một vật phẩm vật lý mới

Tầm quan trọng của người quan sát hiện đã được chứng minh thông qua sự vướng víu lượng tử

Nhưng thực tế là liên tục gián đoạn và thậm chí vũ trụ không phải là vĩnh viễn

Chúng tôi không biết

Cái chết có phải là sự sụp đổ của các chức năng sóng của con người không?

Đống proton, neutron và electron cần thời gian để phân rã

Sự vướng víu lượng tử của các hạt cơ bản có tiếp tục nghiêm trọng không?

Chúng ta không có câu trả lời trong lý thuyết trường lượng tử hoặc cơ học lượng tử

Hy vọng duy nhất là, chờ đợi cho đến khi lý thuyết của tất cả mọi thứ giải thích nó

Thậm chí sau đó không ai biết liệu, dưới ngôi mộ nó sẽ phù hợp hay không

Trong lĩnh vực thời gian, các lý thuyết, giả thuyết mới sẽ đến và đi

Sự tiến bộ của công nghệ bây giờ sẽ không bao giờ trở nên chậm chạp

Với mọi lý thuyết và giả thuyết sẽ luôn mang lại ánh sáng mới

Tuy nhiên, câu trả lời cho một số câu hỏi, khoa học và triết học có thể nói, chúng ta không biết.

Những gì đang nổi lên

Ý thức, sự vướng víu lượng tử và vũ trụ song song đang nổi lên

Vụ nổ lớn với tư cách là sự khởi đầu từ con số không đang dần hạ cấp

Năng lượng tối, lỗ đen và phản vật chất mà không có kết luận rung động

Lý thuyết dây và rìa của vũ trụ và du hành thời gian vẫn còn khó hiểu

Trí tuệ nhân tạo và kết nối não người rất thú vị

Hạt Chúa không trở nên toàn năng như chúng ta nghĩ

Bất cứ lúc nào, chiến tranh hạt nhân có thể nổ ra, và nền văn minh của con người có thể chìm

Với vật lý lượng tử, tình yêu, sự ghét bỏ, cái tôi và nhu cầu sinh học không có mối liên hệ nào

Sẽ mất thêm vài nghìn năm nữa để bình đẳng giới và bầu trời trở nên hồng hào

Không ai bận tâm đến môi trường, sinh thái và nhìn thấy cái nháy mắt của họ

Sự vô đạo đức của con người có thể thay đổi hoàn toàn hệ sinh thái của sinh vật

Tuy nhiên, cuộc sống của con người sẽ tiếp tục với lòng tham, cái tôi, sự ghen tuông và lòng tự trọng

Trọng lực, lực hạt nhân, điện từ sẽ vẫn là cơ bản

Để giữ cho xã hội loài người gắn kết với nhau, tình yêu, tình dục và Thiên Chúa sẽ vẫn là công cụ

Sự tiến bộ của khoa học, công nghệ để đạt được một ngoại hành tinh sẽ theo cấp số nhân.

Ether

Cha chúng tôi nói rằng họ đã học ête ở trường và đại học

Về ether, ông có rất nhiều thông tin và kiến thức sâu rộng

Ether có vai trò quan trọng trong việc giải thích sự lan truyền của ánh sáng và sóng

Ether được cho là không trọng lượng và không thể phát hiện trong tự nhiên

Nhưng thuyết tương đối và các lý thuyết khác, đã phải chịu số phận tương lai

Giả thuyết về ête đã biến mất khỏi sách giáo khoa của chúng tôi

Đối với những cuốn sách vật lý của chúng tôi, cha chúng tôi từng có cái nhìn đáng ngạc nhiên

Bây giờ chúng ta có vật chất tối và năng lượng tối, ête là lịch sử cũ

Sau hàng trăm năm, năng lượng tối và lỗ đen có thể có cùng một câu chuyện

Vật lý cũng đang phát triển, giống như sự tiến hóa của sự sống trong thế giới tự nhiên

Một ngày nào đó, đối với cháu chắt của chúng ta, như một câu chuyện, vật lý ngày nay sẽ được kể lại.

Độc lập không phải là tuyệt đối

Độc lập không phải là tuyệt đối, nó là tương đối, bị hạn chế bởi xã hội, quốc gia

Độc lập tuyệt đối là không mong muốn và có thể dẫn đến hỗn loạn và hủy diệt

Ý chí tự do cũng bị giới hạn bởi các lực tự nhiên và xác suất lượng tử

Để thực hiện một hành động với ý chí tự do, chúng ta chỉ có thể hy vọng vì có khả năng

Ngay cả với xác suất thấp, phương trình sóng có thể sụp đổ thành âm

Điều này là do, mọi thứ trong tự nhiên không có cùng một thước đo

Hy vọng của chúng tôi là những cảm xúc phức tạp với ý thức và tế bào thần kinh

Các chức năng sóng có thể sụp đổ do các hạn chế về môi trường

Điều này không có nghĩa là ý chí tự do của chúng ta sẽ không bao giờ nhìn thấy các photon dưới dạng ánh sáng

Đôi khi kết quả hoặc trái cây trở nên rất thú vị và quá sáng

Do kết quả hoặc trái cây là sản phẩm của thời gian trong tương lai của tên miền

Mục tiêu và nhiệm vụ của chúng ta là hành động tốt nhất với ý chí tự do, để phần còn lại cho thiên nhiên.

Tiến hóa cưỡng bức, Điều gì sẽ xảy ra?

Tiến hóa chuyển từ virus sang amip sang khủng long và các loài khác

Loài khủng long hùng mạnh đã tuyệt chủng, nhưng nhiều loài đã sống sót và tiến về phía trước

Về lâu dài, homo sapiens ra đời và mẹ trái đất nhận được phần thưởng tốt nhất

Mặc dù thiếu các liên kết từ biển đến bờ và bay lên không trung, khỉ với người

Sự tiến hóa là thông qua chọn lọc tự nhiên để sinh tồn, để tạo ra con người trong vườn Eden

Không có sự tiến hóa nào bắt đầu với trật tự cao hơn và di chuyển ngược lại, rối loạn suy nghĩ gia tăng

Điều này là do entropy của vũ trụ không bao giờ trong lĩnh vực thời gian giảm

Thời gian có thể là ảo ảnh và có sự khác biệt mỏng manh giữa quá khứ, hiện tại và tương lai

Nhưng để làm tốt hơn và tiến lên phía trước là tài sản và văn hóa vốn có của thiên nhiên

Trong nền văn minh của con người, lửa và bánh xe cũng xuất hiện trước khi phát hiện ra nông nghiệp

Trong hàng triệu năm, sinh và tử là một phần của tất cả các sinh vật, yếu hay mạnh

Chỉ có một số cây, rùa và cá voi từng sống thoải mái lâu dài

Các nhà khoa học bây giờ nói rằng sự bất tử sẽ chỉ dành cho homo sapiens chứ không dành cho người khác

Không ai biết điều gì sẽ xảy ra trong vương quốc bất tử, với những người anh em động vật của chúng ta

Liệu những người đàn ông bất tử, có bao giờ thương tiếc cho người mẹ và người cha đã chết của họ không?

Die Young

Trăm hai mươi năm cho con người bởi bản chất là tối ưu

Tuổi thọ này đã trải qua quá trình chọn lọc tự nhiên

Tăng tuổi thọ của con người một cách nhân tạo, có thể dẫn đến pha loãng quá trình tự nhiên

Không ai có thể nói chắc chắn rằng sẽ không có bất kỳ sự hủy diệt sinh thái nào

Chỉ tập trung vào homo sapiens, phớt lờ người khác, tưởng tượng ngu ngốc

Một trăm hai mươi năm là đủ để khám phá thế giới hiện tại

Ở độ tuổi đó, đối với một con người sống trên hành tinh trái đất, không có gì vẫn còn chưa được tiết lộ

Em sẽ đạt được sứ mệnh, mục tiêu của mình và đạt đến giai đoạn tự thể hiện bản thân

Đối với anh ta thay vì mua các sản phẩm tiêu dùng, quan trọng sẽ là chủ nghĩa tâm linh

Tôi cân bằng giữa cơ thể và tâm trí, sự ra đi của những người gần gũi và thân yêu sẽ thúc đẩy sự hoài nghi

Thế giới bây giờ là một nơi nhỏ bé cho du lịch và du lịch để giết thời gian

Khi con người phát triển định cư bên ngoài hệ mặt trời, tuổi tác nhiều hơn có thể ổn

Tính tương đối trong quá trình di chuyển đến ngoại hành tinh có thể khiến chúng trẻ trung về thể chất

Để định cư ở một địa điểm mới hàng triệu năm ánh sáng, tâm trí cũng sẽ vẫn mạnh mẽ

Cho đến lúc đó tốt hơn, hãy yêu thương, mỉm cười, vui chơi, bảo vệ môi trường và chết trẻ.

Tính quyết định, tính ngẫu nhiên và ý chí tự do

Tôi đã đi theo con đường bắn trên ngã tư với ý chí tự do

Nhưng những cái cây rơi xuống xe của tôi do sự ngẫu nhiên của cơn bão

Thời gian nằm viện của tôi trong một tuần có được xác định trước không?

Tôi có lựa chọn đi tiếp đến điểm đến trên đường cao tốc

Ai và tại sao hành trình của tôi bị dừng giữa chừng mà không có lý do?

Trong cuộc sống hàng ngày chúng ta bối rối nhiều lần, tại sao tôi đưa ra quyết định

Nếu tôi đi một con đường khác, cuộc sống sẽ tốt hơn

Vì sự ngẫu nhiên của tâm trí, chúng tôi đã đẩy bản thân đến vị trí có thể tránh được

Ý chí tự do cũng vậy, luôn luôn không cho chúng ta con đường tốt nhất có sẵn mà không bị phân tâm

Ngay cả với ý chí tự do, nguyên tắc không chắc chắn của Heisenberg chỉ là giải pháp?

Kiến thức về vật lý hoặc không có kiến thức, mọi thứ xảy ra như nó đã xảy ra

Người lái xe giỏi nhất, đôi khi gặp tai nạn xe hơi bất thường và qua đời

Để cứu người mẹ và trẻ sơ sinh, trong sinh mổ, bác sĩ phụ khoa luôn cố gắng

Nhưng ngẫu nhiên những nỗ lực và kinh nghiệm của họ không hiệu quả với ai đó

Nguyên nhân cái chết của người mẹ khỏe mạnh không ai có thể giải thích được.

Vấn đề

Các vấn đề tồn tại ở mọi nơi, trong bản thân, gia đình, địa phương, thị trấn, tiểu bang, quốc gia, thế giới và vũ trụ

Đôi khi hai con người không thể sống cùng nhau, những khác biệt mà họ không thể giải quyết

Đôi khi trong một gia đình chung với quá nhiều người, vấn đề khó khăn cũng họ có thể giải quyết

Quốc gia nhỏ bé với ít hơn một triệu năm chiến đấu để chia cắt giết chết hàng ngàn người

Quốc gia lớn với hàng tỷ dân, giải quyết xung đột và tiến lên, loại bỏ trở ngại

Mỗi ngày chúng ta gặp hàng triệu vi rút và vi khuẩn, nhưng chúng ta vẫn sống với vấn đề này

Phá hủy sinh thái và môi trường đang đặt lên cuộc sống của chúng ta, thêm gánh nặng

Tuy nhiên, chúng tôi đang áp dụng những thay đổi, mong muốn giải quyết vấn đề của chúng tôi không phải là đột ngột

Cơ chế giải quyết xung đột trong DNA và nền văn minh của con người là rất phù hợp

Đáng ngạc nhiên là trong vấn đề chiến tranh, cái tôi của tâm trí con người làm cho xung đột trở nên vĩnh viễn

Gia đình tan vỡ, tình anh em bốc hơi, lòng tham tăng vọt

Nhưng với tư cách là một quốc gia, mọi người vẫn thể hiện sự gắn kết và ràng buộc vô hình

Sự vướng víu lượng tử xuất hiện trong thảm họa tự nhiên giữa những kẻ thù

Các quốc gia thù địch trong các cuộc chiến tranh, cho phép làm việc cùng nhau vì nhân loại, quân đội chiến đấu của họ

Giải quyết xung đột rất dễ dàng, miễn là các nhà lãnh đạo sử dụng trái tim của chính mình, chứ không phải hình nộm.

Cuộc sống cần những hạt nhỏ

Sự sống không thể tồn tại nếu không có các photon hạt không trọng lượng

Không thể có sự sống nếu không có các điện tử mang điện tích âm

Carbon, hydro, oxy và quá nhiều nguyên tố cần thiết cho sự sống

Không có sự tiến hóa và đa dạng sinh học, cuộc sống của con người trên trái đất không thể phấn đấu

Môi trường, sinh thái, đa dạng sinh học đều mong manh và giống như tổ ong

Người Homo sapiens nghĩ rằng họ là vua của hệ mặt trời

Chúng ta quên rằng giống như bất kỳ sinh vật nào khác, sự tồn tại của chúng ta cũng là ngẫu nhiên

Quá nhiều biến số có thể làm hỏng giỏ hàng táo của chúng ta trước khi chúng ta nhận ra điều đó

Không thể đạt được dự đoán chính xác về động lượng và vị trí

Những điều bất ngờ và chưa biết có thể xảy ra mà không có lệnh của con người

Ngay cả quá khứ và tương lai của cuộc sống cũng nằm ngoài tầm kiểm soát của chúng ta

Cuộc sống trên trái đất dễ biến động hơn xăng và tuần tra

Tình yêu, tình anh em, hạnh phúc, niềm vui mà chúng ta có thể dễ dàng tạo ra hoặc phá vỡ

Để làm cho thế giới trở thành một nơi tuyệt đẹp và thiên đường, chúng ta nên chịu một chút đau đớn

Nếu không, giống như khủng long, từ thế giới này, chúng ta sẽ buộc phải đóng gói.

Đau đớn và khoái cảm

Niềm vui và nỗi đau là hai thành phần không thể tách rời của cuộc sống

Công việc tương đối và vướng mắc trong mọi lĩnh vực tồn tại

Cơn đau của cơ thể có thể biểu hiện thông qua biểu hiện trên khuôn mặt

Ngoài ra, nỗi đau của tâm trí có thể phản ánh trong cơ thể ngay cả khi chúng ta che giấu

Mối quan hệ giữa tâm trí và cơ thể bị vướng víu một cách hoàn hảo để cuộc sống vận hành

Không có sự tồn tại của tâm trí mà không có cơ thể vật chất của vật chất

Nhưng không có tâm trí, đống nguyên tử không thể làm bất cứ điều gì vượt ra ngoài và tốt hơn

Phương trình năng lượng vật chất rất đơn giản nhưng khó thực hiện

Sự vướng víu của cơ thể tâm trí cũng có thể là một dạng sóng khác

Sự biểu hiện của chúng ta thông qua sự vướng víu của cơ thể tâm trí cũng là ngẫu nhiên

Thiên nhiên biết cách đơn giản để chuyển đổi vật chất thành năng lượng và ngược lại

Đó là lý do tại sao các ngôi sao, thiên hà, vũ trụ và tất cả chúng ta tồn tại trên hành tinh này

Các cơ chế chuyển đổi vật chất thành năng lượng và ngược lại, ở sinh vật là cố hữu

Khi nền văn minh nhân loại có thể khám phá ra mánh khóe đơn giản này

Chất diệp lục để quang hợp sẽ là một phần của viên gạch di truyền của chúng ta.

Lý thuyết vật lý

Người nghèo và người giàu, người có và không có

Các định luật vật lý áp dụng như nhau cho tất cả

Đối với mỗi sinh vật sống, táo sẽ luôn rơi

Mặc dù cây táo có thể ngắn hoặc cao

Trọng lực là như nhau cho tất cả các trò chơi, cho dù là cricket hay bóng đá

Vẻ đẹp của vật lý là nó không bao giờ phân biệt đối xử

Không giống như quy tắc của pháp luật, luôn cố gắng phân biệt

Thiên nhiên cũng đơn giản nên các định luật tự nhiên, vật lý chỉ giải thích

Làm thế nào đơn giản, bộ não con người có thể hiểu được logic chính

Để hiểu bất kỳ quy luật tự nhiên nào, chúng ta cần bộ não của mình để rèn luyện

Hầu hết các giả thuyết vật lý được bắt nguồn đầu tiên thông qua các tính toán

Vì vậy, đối với một số hiện tượng tự nhiên, chúng ta có thể có những lời giải thích dễ dàng

Các lý thuyết khi được thử nghiệm với các thí nghiệm và được chứng minh là sai

Họ đã bị loại bỏ khỏi nền văn minh nhân loại từ lâu

Các lý thuyết thực sự chịu được thử thách của các thí nghiệm và trở nên mạnh mẽ.

Bất cứ điều gì đã xảy ra đã xảy ra

Bất kể ý chí tự do của chúng ta, mọi thứ xảy ra khác nhau

Bất kể điều gì đã xảy ra, chúng ta không có lựa chọn nào khác để đảo ngược nó

Những điều hoặc sự cố xảy ra, khi nó phải xảy ra

Chúng ta không có lựa chọn nào khác ngoài việc chấp nhận thực tế

Cho đến bây giờ công nghệ không thể đưa chúng ta trở lại quá khứ

Vật lý nói rằng, không có sự khác biệt giữa quá khứ, hiện tại và tương lai

Trong cả ba lĩnh vực, thời gian có cùng đặc điểm và bản chất

Nhưng bộ não của chúng ta được kết nối với tốc độ ánh sáng trong chân trời sự kiện

Ảo giác được gọi là thời gian, chỉ có thể xác định vị trí tức thời của chúng ta

Đây cũng có thể là lý do, tại sao nhiều tôn giáo nghĩ, cuộc sống là ảo ảnh

Cả cơ học cổ điển lẫn cơ học lượng tử đều không có lời giải thích

Tại sao hai người có cùng mã DNA lại có những biểu hiện cảm xúc khác nhau

Nếu thời gian là ảo ảnh và chúng ta đang sống trong một hình ảnh ba chiều

Vậy làm thế nào và ai đã thực hiện một chương trình lớn như vậy là câu hỏi

Nhưng thực tế là, để buộc ý chí tự do của chúng ta xảy ra, chúng ta không có giải pháp.

Tại sao cảm xúc lại đối xứng?

Nghèo hay giàu, thành công hay không thành công đều là những đống hạt cơ bản

Các nguyên tử trong cơ thể của các vị vua hùng mạnh không khác gì các thần dân của ông

Cảm xúc mang lại niềm vui, hạnh phúc và nước mắt như nhau bất kể chủng tộc

Khi Chúa Giê-xu bị đóng đinh, sự đau đớn của thân thể Ngài không khác gì những người khác

Không ai biết, nhân danh tôn giáo, các quốc gia, tại sao chúng ta giết người khác

Ngay cả những cảm xúc ở động vật cũng có cùng một mô hình và đối xứng

Khi mọi người giết chúng vì niềm vui, cảm xúc của con người không phải là trí tuệ

Con người chưa bao giờ nghĩ rằng mọi thứ trong vũ trụ đều được làm từ cùng một vật chất

Đó là lý do tại sao việc đóng đinh Chúa Giêsu là quan trọng, và đối với nền văn minh không phải là ngoại vi

Đối với sự tồn tại của cuộc sống con người, những cảm xúc như yêu, ghét, tức giận nên hợp lý

Khi chúng ta quên đi sự đối xứng của cuộc sống và không cảm thấy đau đớn của người khác

Sự hy sinh của Chúa Giê-xu sẽ là vô ích, và cuộc sống của chúng ta sẽ trở nên điên rồ

Đạo đức, đạo đức, nhân loại tất cả sẽ sụp đổ nếu các hạt trở nên bất đối xứng

Tất cả các lý thuyết về vật lý, triết học và khoa học sẽ là giả thuyết

Đối với sự tồn tại của các sinh vật trong thế giới này, không giống nhau, đối xứng là điều cần thiết.

Trong bóng tối sâu thẳm, chúng ta cũng tiếp tục

Khi tôi bước vào bóng tối sâu thẳm của cuộc sống

Tôi cố gắng tăng cường khả năng cầm nắm của mình

Đường quá trơn để di chuyển

Cây gậy của tôi quan trọng hơn những lời cầu nguyện của tôi

Tuy nhiên, những lời cầu nguyện cho thấy con đường như đom đóm

Để tiến về phía trước, mỗi đêm tôi cố gắng

Đêm sẽ không bao giờ trở thành ngày

Đó là quy luật của tự nhiên

Trong bóng tối, tôi phải đi xa hơn

Sợ chấn thương do ngã là điều tự nhiên

Nhảy từ vách đá xuống kết thúc hành trình là bất thường

Chúng ta là nô lệ của mã di truyền và bản năng

Di chuyển và sống ngay cả trong bóng tối là điều cơ bản

Vì vậy, tôi đang tiếp tục và tiếp tục, tôi không biết điểm đến của mình

Nhưng đứng yên trong bóng tối sâu thẳm không phải là một giải pháp.

Trò chơi của sự tồn tại

Sự cân bằng động giữa người quan sát và các hạt cơ bản là rất quan trọng

Đối với động vật bậc thấp, không có thị lực mắt và sinh sản hữu tính, một vũ trụ khác tồn tại

Họ không nhận thức được vẻ đẹp đa dạng của thế giới tươi đẹp, mặc dù họ có cơ chế cảm giác

Đối với thế giới và các thiên hà, các sinh vật bậc thấp có thể có các giả định khác nhau

Nhưng họ cũng là những người quan sát trong vũ trụ, thí nghiệm khe đôi chứng minh điều đó một cách chắc chắn

Ngay cả trong số những người bị mù, sẽ có nhận thức khác nhau về thế giới

Chỉ với trí tưởng tượng của riêng họ và lắng nghe từ những người khác, vũ trụ sẽ mở ra

Người điếc không có máy trợ thính trong những ngày xưa, có thể nghĩ, thế giới im lặng

Câu chuyện về chuyến thăm voi của sáu người đàn ông mù không chỉ đơn thuần là một câu chuyện, mà còn rất thích hợp

Mọi thứ trong thế giới hữu hình và vô hình được kết nối kỳ lạ thông qua sự vướng víu lượng tử

Đối với tôi, vũ trụ không tồn tại một khi tôi chết, đối với tổ tiên của chúng ta, vũ trụ đã không tồn tại

Quan sát cũng là một quá trình hai chiều cho sự tồn tại của không gian, thời gian, vật chất và năng lượng

Không có tôi, đối với tôi, cho dù vũ trụ đang mở rộng hay co lại thậm chí không phải là một hệ quả

Dù tôi có nhỏ đến đâu, vũ trụ cũng có thể quan sát tôi miễn là tôi tồn tại trong phạm vi của nó

Sau khi tôi ra đi, liệu vũ trụ có tồn tại đối với tôi, hay tôi tồn tại đối với vũ trụ, là như nhau.

Chọn lọc và tiến hóa tự nhiên

Chọn lọc và tiến hóa tự nhiên luôn để tối ưu hóa và đạt được kết quả tốt nhất

Nhưng sau khi tiến hóa của homo sapiens, có vẻ như thiên nhiên đang nghỉ ngơi lâu dài

Công nghệ phá hủy và xây dựng được thiết kế và phát triển bởi con người

Bây giờ chúng ta đã có thực phẩm biến đổi gen để loại bỏ nạn đói, nhưng cúm gia cầm buộc chúng ta phải giết mổ gà của chúng ta

Công nghệ hạt nhân là để cung cấp năng lượng và cũng để hủy diệt thế giới

Không ai có thể đảm bảo rằng, một ngày nào đó nút hạt nhân sẽ không mở ra

Thiên nhiên có thể dễ dàng làm cho đầu người đối xứng, với bốn mắt và bốn tay

Sau đó, việc đâm sau lưng Brutus, mãi mãi từ nền văn minh của loài người, sẽ biến mất

Có thể là một đầu với hai mắt và hai tay là mức độ tối ưu cao nhất của tự nhiên

Sự phát triển hơn nữa của cấu trúc sinh lý của con người không được hỗ trợ bởi tự nhiên

Liệu các kỹ sư di truyền và trí tuệ nhân tạo có nên làm điều đó hay không bây giờ là câu hỏi đạo đức

Nhưng nếu chúng ta giữ con mèo của Schrödinger trong hộp, làm thế nào nhân loại sẽ có được một giải pháp hợp lý?

Vật lý và mã DNA

Vật lý và cơ học lượng tử sẽ giải thích đạo đức và đạo đức như thế nào

Những điều này rất quan trọng trong cuộc sống của con người, và biểu hiện cảm xúc là điều cơ bản

Không có đạo đức, đạo đức, trung thực, văn minh anh em là không thể

Cuộc sống của con người trong một quỹ đạo lượng tử ngẫu nhiên sẽ là thảm họa và khủng khiếp

Có thể sẽ đúng, và việc ngừng giết người, đơn giản là theo luật, sẽ là không thể

Cuộc sống của con người phức tạp hơn những gì chúng ta có thể giả định và giải thích thông qua sinh học

Không có lịch sử nào có sẵn trong bất kỳ thánh thư nào, làm thế nào chúng ta trở thành con người từ khỉ, với niên đại

Tuy nhiên, chúng ta vẫn còn trong bóng tối để phát minh ra thuốc phòng ngừa và chữa bệnh ung thư

Di truyền học và trí tuệ nhân tạo có thể loại bỏ tất cả các bệnh khỏi thế giới mãi mãi không?

Khi chúng ta tiến tới sự thật của thực tế ngày càng xa hơn, nhiều câu hỏi hơn câu trả lời

Sự không chắc chắn của cuộc sống đã được viết, mã của sự sợ hãi và mê tín dị đoan trong DNA của chúng ta

Lý do sinh và tử, trong các lý thuyết khoa học, không có giải pháp đã được chứng minh

Hướng tới sức mạnh siêu nhiên, nguyên tắc không chắc chắn thay vì củng cố niềm tin

Không có cách nào thay thế cho việc chèo thuyền với niềm tin của chúng ta cùng với các lý thuyết vật lý

Nếu không có phương trình Đức Chúa Trời đã được chứng minh để thay đổi mã DNA, tôn giáo sẽ tiếp tục phát triển.

Thực tế là gì?

Có phải thực tế chỉ là thế giới vật chất, chúng ta có thể nhìn và cảm nhận bằng các cơ quan của mình?

Hoặc nó chỉ đơn thuần là một ảo ảnh (Maya) như được giải thích bởi các tôn giáo

Vật lý lượng tử và các hạt cơ bản có phải là những người chơi thực sự ở vị trí?

Sau đó, những gì về ý thức của chúng ta và những cảm xúc khác của con người

Bây giờ, vật lý cũng nói rằng trong vũ trụ lượng tử, chúng ta chỉ có thực tại địa phương;

Mục đích của cuộc sống, ý thức, linh hồn và Thiên Chúa vẫn nằm ngoài phạm vi vật lý

Kinh nghiệm và lời dạy của chúng tôi về nền văn minh, luôn phát triển đạo đức của chúng tôi

Thực tế rất năng động và khác biệt đối với một đứa trẻ, một thanh niên và một người đàn ông đang hấp hối

Tuy nhiên, tình yêu, thù hận, ghen tuông, bản ngã và những cảm xúc khác là mã di truyền

Tất cả những phẩm chất và bản năng, giáo lý và kinh nghiệm này cũng không thể bị xói mòn

Thực tế cũng đi kèm trong các gói như các hạt lượng tử kín đáo

Không có ý thức, gián đoạn, cuộc sống trên thế giới không khả thi

Nếu thực tế là ảo ảnh, có phải chúng ta đang sống trong một thế giới của hình ảnh ba chiều được tạo ra bởi ai đó

Khoa học hiện cũng đang nói, khái niệm về thực tế này không phải là hoàn toàn vô lý

Cho đến khi chúng ta xác nhận về vũ trụ song song, chúng ta hãy sống ở đây với tình yêu, tình anh em và sự đồng cảm.

Lực lượng đối lập

Là hạnh phúc mỗi ngày là mục đích của cuộc sống con người
Hoặc chỉ để an ủi và giảm đau, chúng ta nên cố gắng
Sống lâu hơn và tích lũy của cải có phục vụ cho mọi mục đích không
Hoặc tìm kiếm vẻ đẹp và sự thật mà mỗi con người nên đề xuất
Không ai trong số tất cả những điều mà con người có thể phản đối

Ngay cả khi chúng ta từ bỏ cuộc sống vật chất và trở thành một nhà sư
Đau đớn, bệnh tật và đau khổ có thể đến và buộc phải bấm còi
Nhà sư và các nhà thuyết giáo giác ngộ cũng bị đói
Mọi người một lần nữa trở lại cuộc sống bình thường, nói rằng từ bỏ là sai lầm
Không có nơi nào trên trái đất có mưa mà không có mây và sấm sét

Một trong những bản năng cơ bản của tự nhiên là tạo điều kiện cho sự đa dạng
Không có sự đa dạng, con người cũng không thể mong đợi sự thịnh vượng
Với proton và neutron, các electron cũng phải liên kết với nhau
Tất cả cảm xúc của con người cũng không thể tồn tại nếu không có sự đối xứng
Cuộc sống trong cơ thể con người là bí ẩn và bổ ích.

Đo lường thời gian

Thời gian chỉ là ảo ảnh, và vì vậy nó được gọi là miền không-thời gian, để biết nó quan trọng

Sự tồn tại của thời điểm hiện tại là rất danh nghĩa, phụ thuộc vào phép đo

Phép đo có thể là giây, micro giây, nano giây hoặc hơn thế nữa

Quá khứ, hiện tại và tương lai sẽ chồng chéo lên nhau để hiểu được bộ não con người ngày nay

Trong vật lý, không có sự khác biệt giữa hiện tại trong quá khứ và tương lai và tốc độ là quan trọng

Thời gian có thể là một tính chất của tự nhiên đối với sự cân bằng nhiệt động lực học thông qua entropy

Hoặc một quá trình biểu hiện của sự phân rã, và cái chết thông qua sự sụp đổ chức năng sóng

Không có thời gian cho hệ mặt trời, trước khi các hành tinh bắt đầu quay quanh mặt trời

Không phải vật chất, cũng không phải năng lượng, cũng không phải hạt cơ bản, cũng không phải sóng, nhưng thời gian là niềm vui thực sự

Giống như cảm xúc và bản năng cơ bản của sinh vật, thời gian là ảo tưởng, nhưng dường như thời gian luôn luôn chạy

Không gian, thời gian, trọng lực, lực hạt nhân và điện từ được pha trộn hoàn hảo như vậy

Tách biệt thời gian trong miền vật lý khỏi các tính chất tự nhiên khác là không thể

Hệ thống đo thời gian hiện tại chỉ là bảng thời gian do con người tạo ra

Ngay cả thuyết tương đối cũng sẽ là thuyết tương đối với các vũ trụ song song nếu nó thực sự tồn tại về mặt vật lý

Sự hiểu biết về bộ não và phép đo thời gian có thể hoàn toàn khác nhau.

Không sao chép, gửi luận án của riêng bạn

Nhịn ăn, hiện tại và tương lai đều được thống nhất tại thời điểm sinh như một nguyên tử

Sau khi sinh, sự sống ngay lập tức trở nên ngẫu nhiên như một electron quay quanh quỹ đạo không ổn định

Khi cuộc sống tiếp diễn, nó trở nên giống như bong bóng cầu vồng phát ra các màu sắc khác nhau

Ngoài ra, từ từ di chuyển đến thung lũng tử thần, giống như một tù nhân chiến tranh bị đánh bại

Một lần nữa, quá khứ, hiện tại và tương lai thống nhất và cuộc sống kết thúc với tư cách là người tiên phong

Người quan sát phải tồn tại để quan sát thế giới, vì sau khi chết không có ý nghĩa gì về vật chất-năng lượng, không-thời gian.

Để làm cho cuộc sống sôi động và có ý nghĩa từ khoảnh khắc thống nhất đến khoảnh khắc thống nhất là nguyên tố

Mọi thứ phi vật chất và không có ý nghĩa, một khi người quan sát rời đi

Nỗi đau, niềm vui, bản ngã, hạnh phúc, tiền bạc, sự giàu có tất cả sẽ biến mất và bị xé toạc

Điểm đến điểm quan trọng, từ cuộc sống, tình yêu, hạnh phúc, niềm vui và sự vui vẻ không tách rời

Nếu cuộc sống chỉ là rung động, như được giải thích bằng lý thuyết sting, ai đó có thể đang chơi guitar

Cùng một giai điệu chắc chắn, nhạc sĩ vĩnh cửu sẽ không chơi cho chúng ta mãi mãi

Nhảy theo giai điệu hoàn hảo nhất có thể và tận hưởng chừng nào bạn còn tồn tại

Dòng chảy tự nhiên của các sự kiện mà không vũ công nào có thể tránh được hoặc kết quả của nó mà chúng ta có thể chống lại

Theo dõi ikigai của riêng bạn và tận hưởng giai điệu, và cuối cùng gửi luận án tuyệt vời của bạn.

Mục đích của cuộc sống không phải là nguyên khối

Trong sự ngẫu nhiên và sự tồn tại không mục đích của các hạt cơ bản

Không phải là rất dễ dàng hoặc đơn giản để tìm ra mục đích sống và kinh nghiệm của chính mình

Mỗi khoảnh khắc khi chúng ta cố gắng tiến về phía trước, đều có sự phản kháng bên trong và bên ngoài

Tâm trí sẽ di chuyển ngẫu nhiên như một electron, trọng lực sẽ kéo theo mọi chuyển động

Để đáp ứng nhu cầu sinh học, chúng ta sẽ bận rộn với nhiệm vụ mua thực phẩm, vải vóc và nơi trú ẩn

Thật tốt khi tổ tiên chúng ta đã phát minh ra lửa, bánh xe, nông nghiệp mà không giữ bản quyền

Nếu không, tiến bộ, nền văn minh sẽ không đa dạng và đầy màu sắc, nhưng kín nước

Ngay cả trong các nền văn minh cổ đại, một số người đã lo lắng về mục đích của cuộc sống ngoài nhu cầu vật chất

Vì vậy, đối với xã hội và nhân loại, họ đưa ra giả thuyết, triết lý để cân bằng lòng tham của con người

Nhưng cho đến bây giờ, ngoài cuộc sống, khoa học và triết học không thể xác định chính xác mục đích của giống người là gì

Đối với nhiều người trong chúng ta, mục đích của cuộc sống là tìm kiếm cái đẹp và sự thật để tìm ra mục đích của riêng mình

Sự tồn tại của chúng ta có thể là ảo tưởng mà không có bất kỳ lý do nào, nhưng câu chuyện của chính chúng ta, thật đẹp, chúng ta có thể sáng tác

Cuối cùng, cho dù chúng ta có thể tìm thấy mục đích của mình hay không, chúng ta phải tuân theo luật tử thần

Tốt hơn là hãy hạnh phúc và tận hưởng cuộc sống với tình yêu, từ thiện và đi du lịch thế giới với đức tin của riêng bạn

Không ai là một hòn đảo, cuộc sống của con người đang phát triển thông qua sự tiến hóa liên tục, mục đích không phải là nguyên khối.

Cây cối có mục đích gì không?

Là một cái cây độc lập, về bản chất với ý thức thấp hơn có mục đích gì không?

Không thể di chuyển, cũng không thể nói, không có cảm xúc như tình yêu, bản ngã hay ghét

Chỉ cần thức ăn để sống, mà quá nguyên liệu không khí, nước và ánh sáng mặt trời được miễn phí

Chuẩn bị thức ăn của riêng mình thông qua chất diệp lục thông qua quang hợp và đứng như cây

Không ích kỷ, ngoại trừ bản năng sống và sinh sản cho con cái trong tương lai

Nhưng trong hệ sinh thái, toàn bộ cây cối có mục đích lớn hơn nhiều đối với các động vật khác

Chim chóc và thậm chí côn trùng có thể có ý thức cao hơn cây cối

Tuy nhiên, không có cây cối, chim không có thức ăn hoặc nơi trú ẩn hoặc nhiều oxy cần thiết để thở.

Động vật bậc cao, voi, với một tập hợp lớn các nguyên tử không thể tồn tại mà không có rừng rậm

Về tổng thể, để sống cùng nhau, xung quanh cây cối, để sinh tồn cho phép các sinh vật khác cấu trúc

Chúng ta, những homo sapiens, với mức độ ý thức cao nhất, đều phụ thuộc vào cây cối như nhau

Nhưng ý thức của chúng ta cho phép chúng ta rằng, là động vật tối cao, để chặt cây, chúng ta tự do

Với trí thông minh và công nghệ, chúng ta có khả năng tạo ra hệ sinh thái của riêng mình

Rừng bê tông với các phòng oxy, luôn là nơi trú ẩn ưa thích và tốt hơn

Trong quá trình tiến hóa, cây cối đến trước chúng ta, và nếu chúng ta có mục đích, trong vấn đề này cây cối không phải là người lạ.

Vàng cũ sẽ vẫn là vàng

Lửa, bánh xe và điện, những khám phá làm thay đổi nền văn minh nhân loại, vẫn là những khám phá quan trọng nhất

Để có chất lượng cuộc sống tốt hơn và tiến bộ của khoa học, công nghệ và văn minh, họ là toàn năng

Đối với nền văn minh hiện đại, chúng vẫn giống như oxy và nước, không có nó cuộc sống không thể tồn tại

Bộ ba nền văn minh hiện đại, bất kể công nghệ mới nào, sẽ luôn tồn tại

Không có điện, nhu cầu hiện đại, máy tính và điện thoại thông minh cũng sẽ biến mất

Nền văn minh cũng đi theo con đường tiến hóa, quan trọng nhất được phát hiện đầu tiên

Nhưng tầm quan trọng của chúng trở nên vô hình như không khí đối với con người, mặc dù chúng không thể bị rỉ sét

Chúng tôi cảm nhận được tầm quan trọng của lửa, khi bình gas nấu ăn trống rỗng và không có lửa

Khi bánh máy bay không nhô ra trong khi hạ cánh, sự căng thẳng mà chúng ta cảm thấy là rất hiếm

Không có điện, cả thế giới sẽ dừng lại, không có bất kỳ thông tin liên lạc nào để chia sẻ

Cái cũ là vàng, có thể áp dụng cho nhiều khám phá và phát minh khác, không quan trọng đối với tâm trí của chúng ta bây giờ

Nhưng, hãy nghĩ về kháng sinh và gây mê, nếu không có nó, sức khỏe hiện tại của chúng ta có thể được thực hiện như thế nào

Máy tính và điện thoại thông minh hiện đang ở đỉnh cao của sự phổ biến và nhận thức bất lực

Nhưng chúng không phải là giải pháp cuối cùng và tốt nhất cho nền văn minh và nhân loại

Một cái gì đó mới và độc đáo tiện ích và công nghệ, sớm hơn sau này, các nhà khoa học sẽ tìm thấy.

Thách thức cho tương lai

Lịch sử của nền văn minh đầy rẫy chiến tranh, sự hủy diệt và giết chóc của con người

Nhưng vượt qua tất cả các tình huống do con người tạo ra, nền văn minh vẫn chưa dừng lại

Thảm họa thiên nhiên đã phá hủy nhiều nền văn minh hưng thịnh trong quá khứ

Tuy nhiên, động lực để tiến bộ và tìm kiếm chất lượng cuộc sống tốt hơn vẫn tiếp tục

Có những vị vua xấu, tàn sát hàng triệu người, và cũng khôn ngoan như vua Solomon

Tất cả các khám phá và phát minh được thực hiện bởi những người nghĩ ra khỏi hộp đen

Một ngày nào đó con người trở nên có khả năng tiêu diệt nhiều căn bệnh chết người như đậu mùa

Khoa học vật lý hiện đại bắt đầu với trí tưởng tượng của Galileo và Newton

Trí tưởng tượng quan trọng hơn kiến thức, Einstein nói với nhân loại, là phù hợp

Để nghiên cứu vũ trụ, bằng trí tưởng tượng, các nhà khoa học đang thể hiện cam kết của họ

Toàn bộ thế giới mới của vật lý lượng tử xuất hiện như một bài thơ tuyệt đẹp giải thích thực tế

Cơ học lượng tử cũng mở ra cho nền văn minh nhân loại, vô số khả năng

Tuy nhiên, chúng ta có nhiều câu hỏi hơn là câu trả lời về thời gian, không gian và trọng lực

Những người mới đang hình dung ra giả thuyết, lý thuyết mới và thực hiện các thí nghiệm mới để tìm hiểu thiên nhiên

Đồng thời, cân bằng sinh thái, môi trường và đa dạng sinh học là một thách thức lớn đối với tương lai.

Vẻ đẹp và tính tương đối

Thế giới xinh đẹp với đại dương, núi, sông, thác nước và nhiều hơn nữa

Cây cối, chim chóc, bướm, hoa, mèo con, chó con, cầu vồng nằm trong cửa hàng của thiên nhiên

Nhưng vẻ đẹp không phải là tuyệt đối, và nó phụ thuộc vào người nhìn ngắm thiên nhiên

Cảm xúc về cái đẹp đã thay đổi từ thế hệ này sang thế hệ khác và văn hóa sang văn hóa

Và đó là lý do tại sao vẻ đẹp là tương đối, và quan trọng nhất là, phải có một người quan sát

Không có người quan sát với ý thức và mắt để nhìn và não để cảm nhận, vẻ đẹp không có ý nghĩa

Đối với con người cũng vậy, vẻ đẹp chưa được khám phá và chưa được nhìn thấy dưới đại dương là không quan trọng

Để tận hưởng vẻ đẹp của thiên nhiên là sự lựa chọn cá nhân, và thậm chí một người phụ nữ có thể đẹp hơn đối với ai đó

Điều này không có nghĩa là homo sapiens nam hoàn toàn không đẹp trai

Định nghĩa về vẻ đẹp đối với nam và nữ là khác nhau về lượng tử.

Cân bằng động

Phải mất hàng triệu năm để đất mẹ đạt được trạng thái cân bằng động

Kể từ khi bắt đầu trái đất và sự tiến hóa, thiên nhiên chuyển động như con lắc

Khi khí hậu thế giới đạt đến trạng thái cân bằng động và tiếp tục

Quá trình tiến hóa đã tạo ra những động vật thông minh được gọi là con người

Con người bắt đầu quan niệm của riêng mình về sự tiến bộ và thịnh vượng

Cảnh quan thiên nhiên, môi trường kỳ lạ khiến chúng trở nên bẩn thỉu

Các ngọn đồi bị chặt thành đồng bằng; các vùng nước trở thành nhà ở

Rừng được chuyển thành sa mạc đốn cây

Các con sông bị chặn lại để trở thành những hồ lớn nhấn chìm thảm thực vật

Cân bằng động của chu trình nước bắt đầu suy thoái

Sự nóng lên toàn cầu hiện đang thúc đẩy khí hậu hướng tới sự thay đổi dễ bay hơi

Ô nhiễm do chính con người gây ra hiện không nằm trong phạm vi dung nạp của họ

Lũ lụt, sông băng tan chảy, bão lạnh hiện đang tạo ra sự tàn phá

Để khôi phục trạng thái cân bằng động, công nghệ mới homo sapiens nên mở khóa.

Không ai có thể ngăn cản tôi

Không ai có thể ngăn cản tôi, không ai có thể đánh lạc hướng tôi
Tinh thần của tôi là bất khuất, thái độ của tôi là tích cực
Cả bầu trời và đường chân trời đều không phải là yếu tố hạn chế
Bản thân tôi là diễn viên của bộ phim của tôi và cũng là đạo diễn
Rào cản đến rồi đi như ngày và đêm
Nhưng tôi không bao giờ chấp nhận thất bại trong bất kỳ cuộc chiến nào của cuộc đời
Đôi khi, trên võ đài, vị thế của tôi rất chặt chẽ
Tuy nhiên, tôi đã trở lại với tất cả sức mạnh của mình và có thể
Những người đã từng cười nhạo tôi như điên và điên
Cố gắng kiếm bánh mì và bơ hàng ngày ngay cả bây giờ bận rộn
Liệu tôi có lắng nghe những nhận xét của họ và chấp nhận thất bại
Hôm nay, rơi xuống bùn, tôi sẽ nói, đó là số phận của tôi.

Tôi chưa bao giờ thử hoàn hảo, nhưng đã cố gắng cải thiện

Tôi chưa bao giờ cố gắng trở nên hoàn hảo trong bất kỳ vấn đề gì hoặc sáng tạo của mình

Sự hoàn hảo không phải là đích đến mà là một quá trình liên tục

Không ai có thể làm cho một bông hồng tốt hơn một bông hồng tự nhiên

Thiên nhiên cũng đang trên hành trình đi đến sự hoàn hảo thông qua quá trình tiến hóa

Ngay cả sau hàng tỷ năm, thiên nhiên vẫn đang chuyển động tốt hơn;

Khi chúng ta chỉ tập trung vào sự hoàn hảo, chuyển động của chúng ta chậm lại

Chúng tôi chỉ tập trung vào viên ngọc trong tay và đánh bóng nó thành một chiếc vương miện hoàn hảo

Chúng tôi đã bỏ lỡ nhiều điều trong cuộc sống và cả khu rừng đa dạng trong suốt hành trình

Tìm kiếm sự hoàn hảo khiến tầm nhìn của chúng ta bị thu hẹp và cuộc sống bị giới hạn

Thực hành để làm tốt hơn, nó sẽ hướng tới sự hoàn hảo mà không bị hạn chế;

Làm điểm chuẩn cho tốt hơn so với tốt nhất, không phải là một tuyệt đối

Thay đổi đang diễn ra từng khoảnh khắc mà không có bất kỳ sự thân mật hay lời ca ngợi nào

Quy luật và sự thôi thúc của tự nhiên là thay đổi và làm cho ngày mai tốt đẹp hơn

Nếu chúng ta đạt được sự hoàn hảo, hành trình tìm kiếm sự thật và cái đẹp của chúng ta sẽ kết thúc

Cuộc sống sẽ không có ý nghĩa, vì vậy vũ trụ cũng sẽ có một loại khác.

Giáo viên

Sự vướng víu của giáo viên và học sinh giống như sự vướng víu lượng tử

Mối quan hệ của một học sinh với một giáo viên giỏi là vĩnh viễn

Sự tôn trọng đến từ tính cách và chất lượng giảng dạy của giáo viên

Những gì chúng ta học được từ một giáo viên giỏi, luôn ở trong tâm trí và trái tim của chúng ta mãi mãi

Vào ngày của giáo viên, tất cả các giáo viên yêu quý và tuyệt vời của chúng tôi, chúng tôi nhớ

Không thể áp đặt hoặc ép buộc học sinh phải tôn trọng giáo viên

Tính cách, hành vi và chất lượng giảng dạy phù hợp hơn

Khi một giáo viên trở thành một người bạn cần vấn đề về cảm xúc và cá nhân

Đối với học sinh, trong suốt cuộc đời, giáo viên vẫn là biểu tượng

Tình yêu và sự tôn trọng là một quá trình hai chiều, nó phải tồn tại trong mỗi giáo viên ylem.

Sự hoàn hảo ảo tưởng

Sự hoàn hảo là một cuộc rượt đuổi khó khăn, ảo ảnh và ảo ảnh

Đừng đuổi theo con bướm và làm hỏng cánh của nó

Làm hôm nay tốt hơn hôm qua là cách tiếp cận dễ dàng

Bạn đạt đến mức độ hoàn hảo mong muốn của bạn trong khóa học do

Thực hành dẫn đến sự hoàn hảo, từng inch một

Chơi với gia đình trên bãi biển cũng rất quan trọng

Điều này sẽ loại bỏ mạng nhện của bạn và giúp thực hành nhiều hơn

Một ngày nọ, bạn thấy những con bướm xinh đẹp đang bay trên bờ cát

Tạo ra những điều mới mẻ với sự hoàn hảo sẽ là cốt lõi của bạn

Mọi người sẽ đánh giá cao kết quả của bạn, sẽ đứng trước cửa nhà bạn.

Bám sát các giá trị cốt lõi của bạn

Tôi luôn tuân thủ các nguyên tắc và giá trị cốt lõi của mình
Vì vậy, tôi không hối tiếc về những gì tôi đã bỏ lỡ hoặc đạt được
Sự thật và trung thực, ngay cả trong tình huống xấu nhất, tôi không bao giờ bỏ rơi
Đối với cam kết, tôi thích bị phá sản hơn
Thay vì lừa dối người khác thông qua các phương tiện gian lận
Các khoản lỗ tài chính của tôi hiện đã được chứng minh là lợi nhuận dài hạn của tôi
Sự thật, trung thực và cam kết được cung cấp khi trời mưa
Mọi người lợi dụng sự mềm mại của tôi mà không biết tôi
Nhưng về lâu dài, tôi đứng vững, sự kiên trì của tôi là chìa khóa
Mọi người đến và đi, khi các giá trị của tôi không hỗ trợ họ
Với sự kiên trì và nụ cười, tôi tiếp tục vương quốc của mình
Với dạ dày trống rỗng, khi tôi ngủ dưới bầu trời mà không đổ lỗi cho người khác
Một thế lực vô hình nào đó luôn đứng sau lưng tôi như cha tôi
Trung thực, liêm chính, trung thực không phải là khoa học tên lửa
Chúng ta phải vướng vào chúng như ý thức và lương tâm của chúng ta
Giá trị không ai có thể đo lường được, về tiền bạc hay sự giàu có
Tất cả các giá trị sẽ sống với tôi, và cũng sẽ đi cùng tôi khi chết.

Phát minh về cái chết

Phát minh hay khám phá cái chết có phải là khám phá đầu tiên về homo sapiens?

Cái chết có ý nghĩa quan trọng trong sự tiến bộ của nền văn minh hơn lửa và bánh xe

Giới hạn của thời gian khuyến khích con người cố gắng để trở nên bất tử

Cuối cùng, con người nhận ra rằng mọi nỗ lực để trở thành bất tử là vô ích

Nền văn minh tiếp tục và nhận ra rằng cái chết là thực tế cuối cùng;

Đức Phật, Chúa Giêsu và tất cả những người rao giảng chân lý đã chết như bất kỳ ai khác

Họ cũng dạy rằng mọi thứ trên thế giới đều không có thật ngoại trừ cái chết

Hòa bình và bất bạo động đối với nhân loại quan trọng hơn chiến tranh

Tuy nhiên, từ một nền văn minh không có chiến tranh, homo sapiens còn xa

Bây giờ, một lần nữa, con người đang cố gắng cho sự bất tử, di chuyển đến một ngôi sao;

Ngay cả sau khi biết về thực tế của cái chết, mọi người vẫn đang cãi nhau

Với sự bất tử, như một loài, đối với con người sẽ không thể tích hợp

Với vũ khí hạt nhân trong tay, mọi người sẽ quên đi cái chết của chính mình

Hủy diệt mọi sinh vật có thể là một ngày số phận của chúng ta

Hàng triệu năm sau, một số loài sẽ xóa bỏ hoàn toàn chiến tranh và hận thù.

Tự tin

Sự tự tin sẽ mang lại cho bạn lòng tự trọng.

Không có sự tự tin, bạn không thể thực hiện ước mơ

Với sự tự tin, kiến thức và trí tuệ hoạt động tốt hơn

Sự chăm chỉ của bạn sẽ cùng nhau thúc đẩy bạn hướng tới ước mơ

Giấc mơ sẽ trở thành hiện thực khi bạn di chuyển, trong tương lai

Kiên trì và kiên trì đi kèm với sự tự tin

Với quyết tâm, bạn có thể dễ dàng vượt qua mọi trở ngại

Ước mơ của bạn sẽ ngày càng lớn hơn

Trong thái độ của bạn, trong mỗi bước, chỉ cần làm điều đó sẽ kích hoạt

Tâm trí, hiệu suất, kết quả của bạn tất cả sẽ thay đổi mãi mãi.

Chúng tôi vẫn thô lỗ

Khi chúng ta quay ngược thời gian

Mọi thứ đều không hoàn hảo, tuyệt vời

Sự ra đời của Homo sapiens là một bước nhảy vọt khổng lồ

Sau đó, hàng ngàn năm, quá trình chậm tự nhiên giữ

Đôi khi có một số tiếng bíp có thể nhìn thấy, có thể nghe thấy

Mong đợi homo sapiens, sự tiến hóa cho người khác, giấc ngủ mãi mãi

Thế giới trở thành thái ấp của những con người thông minh

Để thoải mái và vui vẻ, họ đã khám phá ra nhiều điều

Tuy nhiên, các quá trình tự nhiên đã đẩy nhiều chủng tộc người ra khỏi vòng

Các lực lượng tự nhiên vẫn nằm ngoài tầm kiểm soát của homo sapiens

Vì vậy, để tối ưu hóa các lực lượng tự nhiên, con người buộc phải từ chức

Thay vì kiểm soát các lực lượng tự nhiên, con người đã phá hủy sự đa dạng

Sinh thái và môi trường mất đi vẻ đẹp và tính đa dạng của nó

Ngay cả việc tàn sát đồng loại của mình là phổ biến

Cuộc thập tự chinh và chiến tranh thế giới đã diễn ra giết chết hàng triệu người một cách ngẫu nhiên

Chúa Giê Su đã bị đóng đinh từ lâu vì cố gắng giảng dạy hòa bình và lẽ thật

Nhưng cho đến bây giờ đối với thiên nhiên, môi trường, sinh thái và nhân loại, chúng ta vẫn thô lỗ.

Tại sao chúng ta trở nên hỗn loạn?

Hòa bình, yên tĩnh, thống nhất và một trật tự thế giới là không thể

Định luật nhiệt động lực học là lý do, nó rất đơn giản

Để đi theo trật tự từ một vũ trụ mất trật tự, entropy phải đi xuống

Nhưng định luật entropy là khoa học một trong những vương miện quan trọng nhất

Để sắp xếp các hạt cơ bản theo thứ tự, thời gian phải đảo ngược;

Trong vật lý, không có sự khác biệt giữa quá khứ, hiện tại và tương lai

Tất cả đều giống nhau khi chúng ta nhìn thấy những điều này từ các đặc tính của tự nhiên

Hiện tại có thể là mili, micro hoặc nano giây để đo

Sự tồn tại của người quan sát trong việc thực hiện quan sát như vậy là quan trọng hơn

Năng lượng đen, phản vật chất và nhiều chiều khác vẫn có toàn năng

Không biết tất cả các chiều, chúng ta có thể giải thích vũ trụ như người mù giải thích con voi

Nhưng để sự thật cuối cùng được giải thích một cách đơn giản, tất cả các chiều không xác định đều quan trọng

Xác suất lượng tử cũng là một xác suất trong miền vô hạn của không-thời gian, vật chất-năng lượng

Nếu chúng ta không thể giải thích và hiểu tất cả các chiều không gian vô hình, làm thế nào vật lý có thể mang lại sức mạnh tổng hợp

Ngay cả khi chúng ta vượt qua ngưỡng tốc độ ánh sáng để di chuyển về phía các thiên hà để biết tất cả

Trước khi chúng ta quay trở lại, hệ mặt trời của chúng ta có thể sụp đổ do thiếu năng lượng cần thiết và sụp đổ.

Sống hay không sống?

Các nhà khoa học và nhà nghiên cứu đã dự đoán sự bất tử của con người sớm

Với trí tuệ nhân tạo, sẽ có sự bùng nổ công nghệ

Đối với những đau đớn và đau khổ về thể xác của cơ thể con người, sẽ không có chỗ

Cuộc sống sẽ tràn đầy niềm vui và sự thích thú mà không cần làm bất kỳ công việc gì

Không cần đầu tư trong tương lai vào thị trường chứng khoán đầu cơ

Thực phẩm được chế biến bởi robot sẽ có hương vị thiên đường khác nhau

Thể chất, thể thao và giải trí sẽ ở mức tốt nhất

Mọi người sẽ không hiểu được sự khác biệt giữa công việc và nghỉ ngơi

Các nhà khoa học chưa dự đoán tuổi nghỉ hưu sẽ là bao nhiêu

Điều gì sẽ xảy ra với những người đã nghỉ hưu

Không có dự đoán nào về cảm xúc của con người như yêu, ghét, ghen tuông và tức giận

Sẽ có nhiều cuộc cãi vã và đánh nhau thể xác hơn khi cơ thể mạnh mẽ hơn?

Sống hay không sống nên để cho các cá nhân, không có luật nào để ngăn chặn cái chết

Nhưng ngay cả sau khi Bất tử, tôi chắc chắn, sẽ có sự chia ly và khóc lóc.

Hình ảnh lớn hơn

Vai trò của tôi trong vũ trụ này trong bức tranh lớn hơn là gì

Một câu hỏi khó nhưng không có câu trả lời thuyết phục

Để trả lời về mục đích tồn tại của tôi khó khăn hơn

Không có câu trả lời cụ thể trong khoa học và triết học để thuyết phục tôi

Tôi phải tiến về phía trước và tìm kiếm nó một mình cho đến cuối cùng

Không ai sẽ đi cùng tôi để tìm kiếm sự thật

Tất cả mọi người, bao gồm cả nửa kia của tôi đã chọn con đường khác nhau

Kinh nghiệm và niềm tin của tôi, không ai có thể thay đổi, tôi phải khởi động lại

Nhưng ký ức về bộ não sinh học rất khó xóa bỏ và nhổ tận gốc

Nó có thể tái phát bất cứ lúc nào mà không có lý do và nguyên nhân rõ ràng

Trừ khi niềm tin, kiến thức và trí tuệ của tôi tìm thấy lý do của cuộc sống.

Mở rộng tầm nhìn của bạn

Mở rộng chân trời tâm trí của bạn để nhìn thấy vũ trụ và khả năng vô hạn

Một khi bạn đi ra khỏi hộp đen và vùng thoải mái của mình, bạn có thể thấy thực tế

Cả ống nhòm và kính viễn vọng đều không thể giúp bạn cảm nhận được vũ trụ vô hạn

Đó là sức mạnh tưởng tượng của con người có thể truyền tải tầm nhìn vượt ra ngoài đường chân trời

Mắt chỉ có thể nhìn thấy một vật thể, nhưng não chỉ có thể phân tích với lý do khoa học

Nếu bạn không cho phép con vẹt trong tâm trí của bạn ra khỏi chuồng ngay từ khi còn nhỏ

Nó sẽ lặp lại chỉ một vài từ để giải trí cho người khác trong giai đoạn xung quanh

Khi bạn mở rộng tâm trí của mình để nhìn xa hơn việc tháo kính màu, bạn sẽ ngạc nhiên

Tầm nhìn của bạn để nhìn vào các thiên hà, sao chổi và thực tế của cuộc sống, sẽ rõ ràng, cuộc sống của bạn, bạn có thể gạc

Một khi bạn có trí tuệ thực sự để hiểu thiên nhiên, dấu chân của bạn, tương lai sẽ theo dõi

Mở rộng tầm nhìn của tâm trí thật dễ dàng, bởi vì chìa khóa của hộp đen nằm trong tay bạn

Chỉ cần loại bỏ bụi bặm của những lời dạy lâu đời và định kiến tôn giáo khỏi chiếc chìa khóa nằm trên cát

Nếu Galileo có thể kéo dài tuổi thọ, cuộc sống của bạn, bạn có thể dễ dàng thay đổi, đừng sợ xúc phạm

Cuộc sống của bạn, trí tuệ của bạn, con đường của bạn sẽ không ai cố gắng để làm cho màu hồng hoặc sẽ cố gắng để hiểu

Thời gian của bạn trên hành tinh này có giới hạn, vì vậy bạn nhận ra sớm hơn, và hành động là tốt, nếu cần thiết, hãy uốn cong cuộc sống.

Tôi biết.

Tôi biết, không ai có thể khóc, khi tôi chết

Điều này không có nghĩa là; tôi nên ngừng yêu thương mọi người

Tôi đã không sinh ra hoặc sống để làm việc cho nước mắt cá sấu sau khi chết

Thay vào đó, tôi sẽ yêu thương mọi người và sống trong trái tim của họ

Sự hào phóng và giúp đỡ của tôi, ai đó sẽ nhớ trong im lặng

Vì vậy, làm điều tốt cho mọi người và nhân loại là ưu tiên và sự thận trọng của tôi

Tôi không cần những lời khen ngợi sai lầm về những người ích kỷ vì lợi ích cá nhân

Tốt hơn là giúp đỡ những con chó và động vật đường phố vô tội là hoàn hảo

Ngay cả việc in ít carbon hơn và trồng cây cũng sẽ có tác động tốt hơn

Tình yêu và lòng từ thiện của tôi không dành cho bất kỳ sự trở lại hoặc mong đợi điều gì đó

Đó là để truyền bá tình huynh đệ và môi trường hòa bình để mang lại

Đẩy sự thù hận và bạo lực ra khỏi vòng tròn xã hội

Chắc chắn, một ngày nào đó, yêu tất cả và ghét không ai sẽ là vua.

Đừng tìm kiếm mục đích và lý do

Chúng ta đến thế giới này mà không có mong muốn hoặc bất kỳ ý chí tự do nào vì một mục đích

Tuy nhiên, sự ra đời của chúng tôi là đa mục đích để trở thành con trai, con gái, chị gái hoặc người thừa kế rõ ràng

Cha mẹ, xã hội sửa chữa mục đích của chúng ta để tìm hiểu những điều được phát hiện bởi tổ tiên của chúng ta

Để tìm kiếm kiến thức, kỹ năng và sự khôn ngoan, cuộc sống của chúng ta trở nên đa mục đích

Sau khi kết hôn và có con, gia đình hạt nhân trở thành vũ trụ của chúng ta

Khi còn trẻ, chúng ta không có thời gian để suy nghĩ về bất kỳ mục đích hay ý nghĩa nào của cuộc sống

Để đạt được những thứ vật chất, ăn và ngủ ngon là mục đích tốt nhất mà chúng ta xứng đáng

Khi chúng ta già đi, chúng ta bắt đầu nghĩ về ý nghĩa của sự tồn tại của chúng ta

Vì mục đích của cuộc sống và lý do biểu hiện, chúng ta không nghe thấy tiếng vang

Hầu hết mọi người đều chết một cách hạnh phúc mà không biết mục đích và lý do

Đối với một vài cuộc tìm kiếm mục đích và lý do, cuộc sống trở thành ảo ảnh hoặc nhà tù.

Yêu thiên nhiên

Khi chúng ta ngày càng xa cách với thiên nhiên

Chúng ta bỏ lỡ trong cuộc sống của chúng ta nhiều thực tế và quá nhiều kho báu

Có phải sống ở các thành phố có điều hòa không khí chỉ là tương lai của chúng ta

Chúng tôi đang cố gắng bảo tồn rừng làm môi trường sống của các sinh vật khác

Nhưng phá hủy thiên nhiên và sinh thái vì niềm vui của chúng ta

Kể từ khi bắt đầu nền văn minh, con người sống với thiên nhiên một cách thoải mái

Nhưng sự phát triển của các tòa nhà cao tầng, điện thoại thông minh đã thay đổi hoàn toàn

Chúng tôi tiêu tốn nhiều calo hơn khi ngồi ở nhà, và sau đó trả tiền cho phòng tập thể dục

Ăn thức ăn nhanh và không lành mạnh hàng triệu người bị thiếu canxi

Sống trăm năm ở các thành phố hiện đại trả phí bảo hiểm có gì thú vị

Chúng tôi làm việc chăm chỉ quá nhiều để có được sự thoải mái và an toàn trong tuổi già

Nhưng hãy quên rằng đối với tương lai ảo tưởng, chúng ta đang làm hỏng hiện tại của mình trong lồng

Tốt hơn là cuộc sống của ông cố của chúng tôi, người mà chúng tôi nghĩ rằng bây giờ là man rợ

Để cân bằng cuộc sống với công nghệ hiện đại và thiên nhiên cần sự can đảm

Sống trong tình trạng hôn mê trong nhiều thập kỷ không phải là cuộc sống thực, mà là một lối đi trống rỗng.

Sinh ra tự do

Khi chúng ta sinh ra, chúng ta sinh ra tự do mà không có mục đích, mục tiêu, sứ mệnh và tầm nhìn

Đối với mỗi phong trào của chúng ta, cha mẹ, gia đình và xã hội có áp đặt khác nhau

Ý thức của chúng ta xuất hiện từ môi trường xung quanh và môi trường chúng ta sống

Hệ thống giá trị cũng không phải thông qua mã di truyền, mà là những gì phụ huynh, giáo viên đưa ra

Chúng ta được sinh ra tự do, nhưng không được tự do lựa chọn ngôn ngữ, tín ngưỡng, tôn giáo khi chúng ta sinh ra trong tổ ong

Tâm trí của chúng ta phát triển với nỗi sợ hãi, nghi ngờ và suy nghĩ bị hạn chế cho các mục tiêu chung

Quá nhiều sự chia rẽ đã ảnh hưởng đến tư duy của chúng ta và mỗi bước chúng ta phải đi theo lời kêu gọi của đa số

Chúng ta được sinh ra tự do, nhưng không đủ khả năng để phát triển tự do do những thiếu sót vốn có để tồn tại

Homo sapiens được kết nối di truyền với tâm lý bầy đàn và trở nên xã hội

Và cuộc sống của chúng ta nhân danh đẳng cấp, tín ngưỡng, màu da, tôn giáo buộc phải trở thành chính trị

Khi chúng ta trở thành công dân với tuổi trưởng thành, chúng ta có thể có ý chí tự do của mình với rất nhiều nếu và nhưng

Nếu chúng ta không tuân theo các quy tắc của trò chơi, cái gọi là tự do của chúng ta bất cứ lúc nào, xã hội có thể đóng cửa

Chúng ta sinh ra tự do, nhưng tự do của chúng ta không phải là tự do mà không có hạn chế, mọi người đều phải tuân theo

Nếu bạn làm điều gì đó cực đoan chống lại ý chí của xã hội và quốc gia của bạn, bong bóng tự do sẽ vỡ

Tự do tâm trí là một ranh giới ít hơn và vô hạn nếu bạn không sợ hãi và có niềm tin riêng.

Tuổi thọ của chúng tôi luôn ổn

Tuổi thọ của cuộc đời chúng ta luôn ổn

Được cung cấp đúng giờ, chúng tôi bắt đầu làm việc và dùng bữa

Với bạn bè vào cuối tuần, chúng tôi thưởng thức và uống rượu vang

Sử dụng thời gian của chúng ta làm nguồn lực duy nhất của tôi

Trước khi chết, chắc chắn chúng ta sẽ tỏa sáng;

Chúng ta không bao giờ nhận ra thuyết tương đối, trong những ngày đại học

Chúng tôi chưa bao giờ có thời gian, chưa bao giờ lắng nghe những gì bố mẹ nói

Chúng tôi chỉ nhìn thấy cầu vồng trên bầu trời ngay cả những ngày mưa

Một khi chúng tôi nghỉ hưu sau 65 tuổi và bắt đầu sống một mình

Thuyết tương đối tự động đến với hormone của chúng ta;

Chúng ta sẽ nói rằng cuộc sống không phải là quá ngắn và thời gian là rất nhanh

Mãi mãi trong lãnh địa của hành tinh cô đơn, chúng ta sẽ không muốn tồn tại lâu dài

Trong vở kịch mang tên Life, với sự chân thành, hãy để vai diễn của chúng ta

Sức khỏe, các cơ quan, khả năng vận động và tâm trí của chúng ta sẽ bắt đầu bị rỉ sét

Một ngày nào đó, chúng tôi sẽ rất vui khi được nghỉ ngơi trong nghĩa địa, thu thập bụi.

Tôi Không Hối Tiếc

Ai đó ghét tôi, đó có thể là lỗi của tôi

Ai đó tức giận với tôi, đó có thể là lỗi của tôi

Nhưng nếu ai đó ghen tị và ghen tị với tôi

Lỗi có thể không phải của tôi, nhưng không sao

Tuy nhiên, tôi yêu tất cả những người ghét và mỉm cười với họ

Tôi không bao giờ cảm thấy vượt trội, nhưng cảm thấy thấp kém là lỗi của chính họ

Họ đã cố gắng tấn công trí tuệ một cách vô ích

Nhưng không phải để trả thù và tha thứ, tôi luôn quyết tâm

Tôi không thể ngăn chặn sự tiến bộ và chuyển động của mình để làm hài lòng người khác

Nó sẽ giết chết sự sáng tạo của tôi và thúc đẩy tinh thần tiến lên mãi mãi

Vì vậy, các bạn thân mến của tôi, tôi không xin lỗi, cũng không thể đi lùi

Tôi đang làm những gì tôi yêu thích cho nhân loại, không phải vì giải thưởng của bạn.

Đi ngủ sớm và dậy sớm

Đi ngủ sớm và dậy sớm, làm cho con người khỏe mạnh, giàu có và khôn ngoan

Câu nói phổ biến này có thể đúng hoặc sai, không có dữ liệu khoa học nào có sẵn chính xác

Tuy nhiên, năm phút đầu tiên là rất quan trọng cho ngày khi đồng hồ báo thức tăng lên

Trước khi bạn nghĩ đến việc trì hoãn việc thức dậy trong năm phút, hãy nghĩ ba lần

Năm phút sẽ trở thành hai hoặc ba giờ mà không còn nghi ngờ gì nữa

Vì sự chậm trễ của bạn để bắt đầu các hoạt động trong ngày muộn, chính bạn sẽ hét lên

Công việc tốt của ngày hôm nay đáng lẽ phải được thực hiện ngày hôm nay, là được hoãn lại cho ngày mai

Ngày hôm sau, năm phút tương tự sẽ mang lại cho bạn nhiều áp lực và nỗi buồn hơn

Phút sẽ từ từ trở thành ngày, tuần và tháng sẽ trôi qua chậm

Các mùa sẽ đến và đi như thường lệ mà không nói với bạn một cách lặng lẽ

Bạn sẽ ăn mừng một ngày đầu năm mới với bạn bè và những người khác một cách vui vẻ

Tốt hơn là đi ngủ sớm và dậy sớm và tránh dừng chuông báo thức một cách duyên dáng.

Cuộc sống đã trở nên đơn giản

Cuộc sống đã trở nên quá đơn giản, ăn uống, nói chuyện hoặc lướt điện thoại thông minh

Trong các trung tâm thương mại hoặc đường phố nhộn nhịp nhất hoặc các món ăn phổ biến, cùng một khung cảnh

Công nghệ đã thay đổi hoàn toàn lối sống và cách thể hiện của chúng ta

Nhưng đối với sự thay đổi đạo đức của mô hình, công nghệ không có giải pháp

Con người trở nên cá nhân chủ nghĩa và tự cho mình là trung tâm

Trong một tai của nền văn minh mới, cùng với homo sapiens tất cả các loài bước vào

Các yêu cầu về năng lượng để di chuyển chống lại trọng lực và các lực khác vẫn giữ nguyên

Đói khát những bản năng cơ bản, đến nay công nghệ vẫn chưa thể chế ngự được

Sống và chết, đấu tranh để tồn tại và cuộc sống tốt đẹp hơn, vẫn là một trò chơi

Công nghệ là quá trình liên tục cho cuộc sống đơn giản, cho mớ hỗn độn, chúng ta phải chịu trách nhiệm.

Trực quan hóa chức năng sóng

Thế giới của các hạt lượng tử hoặc hạt cơ bản cũng kỳ lạ như vũ trụ

Giống như ngôi sao xa hàng triệu năm ánh sáng, chúng ta không thể nhìn thấy bất kỳ hạt lượng tử nào bằng mắt

Mặc dù các hạt cơ bản có mặt trong mọi vật chất mà chúng ta có thể nhìn thấy, cảm nhận và chạm vào

Cơ chế của bộ não của chúng ta bị hạn chế và chỉ có thể nhìn thấy hoặc cảm nhận thông qua phương pháp gián tiếp

Khái niệm về sự vướng víu của photon hoặc electron cũng là quan sát gián tiếp trong hồ sơ;

Thông qua sự tương đồng của một đôi giày, khái niệm vướng víu được giải thích cho chúng ta

Nhưng sự không chắc chắn vốn có liên quan đến cốc và môi, luôn tồn tại với các hạt

Các hạt kết hợp với nhau theo những cách khác nhau trong vũ trụ để tạo thành các vật liệu nhìn thấy được

Tuy nhiên, để thấy proton, neutron, electron và photon đẹp với mắt cổ là không thể

Chỉ thông qua các thí nghiệm, mới có thể biết được tính chất của các hạt cơ bản;

Kiến thức của chúng ta về mặt trăng hoặc các hành tinh gần nhất vẫn chưa toàn diện và đầy đủ

Để biết về các hạt cơ bản, vũ trụ và vũ trụ không ai có thể ấn định giới hạn thời gian

Nền văn minh nhất định phải học, không học và học các lý thuyết và giả thuyết mới

Nhưng để biết về ý thức, tâm trí và linh hồn là dành cho con người, vẫn còn ảo tưởng và cơ bản

Một ngày nào đó, chắc chắn chúng ta sẽ thấy sự sụp đổ chức năng sóng của ý thức, không gì có thể hạn chế.

Tám tỷ

Tình yêu, tình dục, Thiên Chúa và chiến tranh quyết định số phận của hệ sinh thái của nền văn minh

Môi trường và sinh thái rất quan trọng để khí hậu ở trạng thái cân bằng động

Công nghệ là một thanh kiếm hai lưỡi, có thể xây dựng hoặc phá hủy theo trí tuệ của chúng ta

Đối với sự phát triển công nghệ, tình yêu, tình dục, Thiên Chúa và chiến tranh không thể đặt bất kỳ trở ngại nào

Không có tình yêu và tình dục, quá trình tiến hóa sẽ dừng lại mà không có sự tiến triển

Ramayana, Mahabharata, Thập tự chinh, chiến tranh thế giới được cho là giải pháp phẫu thuật

Nhưng ngày nay, công nghệ đang cung cấp cho nhân loại những cách thức, trí tuệ và hướng đi mới

Đồng thời công nghệ đang thúc đẩy môi trường và sinh thái hướng tới sự hủy diệt

Đức Chúa Trời đã thất bại trong việc đoàn kết nhân loại trên đẳng cấp, tín ngưỡng, màu da, ranh giới và tôn giáo

Chỉ có tình yêu và tình dục mới đoàn kết con người và giúp chúng ta trở thành 8 tỷ người.

Tôi

Sự tồn tại của tôi không quan trọng đối với thế giới, hệ mặt trời và thiên hà của chúng ta

Bởi vì tôi chỉ có thể đóng góp vào sự rối loạn và tăng entropy của hệ thống

Không có cách nào hoặc khả năng đảo ngược đóng góp của tôi vào rối loạn

Sử dụng hợp lý năng lượng và vật chất trong suốt cuộc đời của chúng ta, chúng ta có thể xem xét

Không có công nghệ nào có thể loại bỏ các định luật nhiệt động lực học để giảm entropy

Điều duy nhất tôi có thể làm là giảm ô nhiễm và lượng khí thải carbon của tôi trên hành tinh này

Tôi cũng có thể truyền bá nụ cười, tình yêu và tình anh em giữa những người đồng loại của tôi

Con người đang cố tình hủy hoại hệ động thực vật của hành tinh xinh đẹp

Chúng tôi cảm thấy, chúng tôi đã đến hành tinh này để tiêu thụ và phá hủy tài nguyên thiên nhiên

Nhưng điều này đã thay đổi không thể đảo ngược khí hậu toàn cầu và các khóa học trong tương lai của nó

Công nghệ có thể cung cấp cho chúng ta các nguồn năng lượng khác nhau, hiệu quả và có thể tái sử dụng

Tuy nhiên, sự gia tăng của entropy một ngày nào đó sẽ bùng nổ với lực lượng hủy diệt.

Thoải mái là say mê

Thoải mái là say sưa và gây nghiện

Mong muốn có thức ăn và nơi trú ẩn thật quyến rũ

Nhưng trong vùng thoải mái, chúng ta có năng suất thấp hơn

Các nhà khoa học không bao giờ có thể phát minh ra những thứ mới sống trong vùng thoải mái

Đối với phát minh, họ phải đi thuyền biển sâu một mình

Mong muốn của mọi người về thực phẩm, chỗ ở và quần áo giữ họ trên bờ

Người thông minh sớm nhận ra rằng di cư và động lực là cốt lõi

Can đảm bước ra khỏi sự thoải mái và nhảy để bơi bỏ qua tiếng gầm của biển

Mong muốn khám phá những điều mới và thử nghiệm cốt lõi của sáng chế

Nền văn minh tiếp tục phát triển vì di cư

Không có nơi trú ẩn an toàn trên thế giới với sự không chắc chắn

Mong muốn về vùng thoải mái cũng bị giới hạn bởi xác suất lượng tử.

Tự Do Ý Chí Và Mục Đích

Là mục đích của cuộc sống đang sống, hãy sống và nhân lên
Hoặc mục đích của cuộc sống là bảo vệ mã DNA tập thể
Chúng tôi có tùy chọn không sao chép đĩa đơn còn lại
Để bảo vệ mã di truyền, phải có một hình tam giác
Không có cha, mẹ và con cái, mã sẽ bị khóa
Ý chí tự do luôn có vai trò trong các quyết định
Nhưng ý chí tự do có liên quan đến sự không chắc chắn và các biến
Trong lĩnh vực của tương lai, mục đích của ý chí tự do làm tê liệt
Làm theo trực giác của bạn và chỉ cần thực hiện ý chí của bạn là quy tắc đơn giản
Ngay cả khi ý chí và mục đích tự do của bạn không bao giờ hòa nhập, hãy khiêm tốn.

Hai loại

Chỉ có hai loại người trên thế giới này mà chúng tôi từng làm việc cùng

Người bi quan, không chủ động di chuyển và người lạc quan, luôn luôn di chuyển

Chỉ cần làm điều đó, không suy nghĩ quá nhiều, và để cho hoãn lại cho ngày mai

Một loại có thái độ tích cực và loại kia có thái độ tiêu cực

Nếu chúng ta suy nghĩ và phân tích quá nhiều về kết quả, không thể bắt đầu

Vào cuối ngày, và cuối cùng vào cuối cuộc đời, trống rỗng sẽ là giỏ hàng của chúng tôi

Tháo neo và bắt đầu đi thuyền mà không nghĩ đến những cơn bão trong tương lai

Nếu bạn chờ đợi bầu trời quang đãng vô thời hạn, bạn không bao giờ có thể đạt được ngôi sao

Chấp nhận thực tế rằng, cuộc sống chỉ là xác suất lượng tử một cách ngẫu nhiên.

Hãy đánh giá cao các nhà khoa học

Hãy đánh giá cao tất cả các nhà khoa học, những người mở ra thế giới lượng tử

Chúng ta không thể nhìn thấy hay cảm nhận được các hạt lượng tử bằng các cơ quan cảm giác của mình

Nhưng bộ não của chúng ta có khả năng hiểu và hình dung

Khoa học đã đi một chặng đường dài mở ra bản chất và dễ hiểu

Tuy nhiên, chúng ta không biết chúng ta đang đứng ở đâu, điểm cuối quá xa hoặc rất gần;

Các nhà khoa học đã trải qua nhiều đêm mất ngủ xây dựng giả thuyết

Sau này, nhiều người trong số họ chịu được các bài kiểm tra nghiêm ngặt và trở thành lý thuyết

Con mèo của Schrödinger bây giờ đã ra khỏi hộp với một bước nhảy lượng tử và di chuyển về phía thiên nhiên

Với máy tính lượng tử, các nhà khoa học sẽ khám phá những khả năng mới trong tương lai

Thực tế vẫn còn mơ hồ đối với bộ não, tâm trí, ý thức của con người, mặc dù chúng ta đã bước vào một nền văn hóa mới.

Cuộc sống ngoài nước và oxy

Vũ trụ là vô hạn vượt ra ngoài ranh giới và vẫn đang mở rộng

Nhưng đôi khi quá trình suy nghĩ của chúng ta về vũ trụ, bản thân chúng ta đang hạn chế

Sự sống có thể tồn tại ngoài carbon, oxy và hydro trong vô tận

Có thể có sự sống với ý thức, những người có thể lấy năng lượng trực tiếp từ các ngôi sao

Oxy và nước phải được yêu cầu cho sự sống, ở các thiên hà khác có thể không thực tế

Hình thức sự sống tồn tại trong hành tinh trái đất của chúng ta có thể đơn độc

Tuy nhiên, cùng một loại sự sống hàng tỷ năm ánh sáng cũng có xác suất tốt

Vì thiên nhiên giống như sự đa dạng, do đó, hình thức sống khác nhau ở nơi khác là có thể

Nhưng với vật lý và sinh học của chúng ta, loại sự sống đó có thể không tương thích

Có thể sự hấp thụ năng lượng trực tiếp của các sinh vật sống trong vũ trụ khác là hợp lý

Chúng ta vẫn còn mơ hồ về năng lượng tối và bị giới hạn trong ranh giới của ánh sáng

Tuy nhiên, đối với các dạng sống khác nhau ở các thiên hà xa xôi, năng lượng tối có thể sáng

Một khi chúng ta vượt qua rào cản tốc độ ánh sáng để di chuyển với tốc độ như mong muốn

Việc tìm kiếm các ngoại hành tinh ở các thiên hà khác sẽ đơn giản và công bằng

Cho đến thời điểm đó, khoa học không nên phán xét và loại bỏ các lớp khác.

Nước và đất

Ba phần tư hành tinh trái đất của chúng ta nằm dưới nước
Chỉ trên một phần tư, chúng tôi homo sapiens sống
Thế giới dưới đại dương vẫn chưa được khám phá
Con người đang khai thác các nguồn tài nguyên của đất vượt quá khả năng chịu đựng của nó
Cảm ơn Chúa, vẫn còn khó khăn để khám phá biển sâu

Khám phá không gian bên ngoài dễ dàng và thoải mái hơn
Đó là lý do tại sao để xây dựng các thuộc địa ngay cả trong mặt trăng, có chủng tộc
Mặc dù sa mạc Sahara vẫn còn là bí ẩn đối với nền văn minh hiện nay
Chúng tôi lo lắng hơn về việc lấy đất trên mặt trăng và bắt đầu xây dựng
Phần lớn dân số thế giới vẫn chưa có giải pháp nhà ở

Cần phải khám phá không gian bên ngoài và các nguyên tử gần đó
Nhưng bắt buộc phải tạo cơ hội sống sót cho tất cả mọi người
Nền văn minh bắt đầu cuộc hành trình với tất cả tình yêu vì sự tiến bộ và thịnh vượng của nó
Tuy nhiên, sự cân bằng giữa homo sapiens và những người khác đã mất tính toàn vẹn
Để tồn tại của loài người, chúng ta phải cân bằng môi trường và sinh thái với sự chân thành.

Vật lý có hài hòa

Vài ngàn năm trôi qua kể từ khi phát hiện ra nông nghiệp
Nông dân vẫn canh tác trên đất của họ và trồng lúa và lúa mì
Ngư dân già ra biển bắt cá bán ở chợ
Chàng cao bồi và cô gái cao bồi hát một giai điệu cũ học được từ ông nội
Không lo lắng về trí tuệ nhân tạo hoặc người ngoài hành tinh mà họ nghe nói đến

Sự vướng víu lượng tử hoặc ngoại hành tinh ở bầu trời xa không quan trọng đối với họ
Thay vào đó, hạn hán và khí hậu thất thường là mối quan tâm đối với năng suất của chúng
Sử dụng phân bón hóa học không suy giảm đã làm giảm năng suất của đất
Có hàng tỷ người vẫn phụ thuộc vào nước mưa
Lượng mưa kém có thể đẩy con cái họ đến nghèo đói

Tuy nhiên, khoa học đã tiến ngày càng sâu hơn để khám phá nguyên tử và các thiên hà
Khoa học đang theo dõi và khám phá thiên nhiên, chứ không phải khoa học khám phá thiên nhiên
Vũ trụ không tồn tại sau khi viết các định luật vật lý
Kiến thức về toán học là cơ bản, và chúng ta biết động lực học hành tinh
Trong việc khám phá thiên nhiên thông qua vật lý, có mọi khả năng về sự hài hòa.

Khoa học trong lĩnh vực tự nhiên

Chúng ta có nhiều phương trình toán học trong vật lý để giải thích tự nhiên

Tuy nhiên, không phải là phương trình để tính chính xác ngày chết trong tương lai

Một số người chết trẻ khỏe mạnh, và một số người chết già một cách khốn khổ

Không có phương trình, tại sao những nỗ lực với ý chí tự do và công việc chuyên dụng được đệ trình để mang lại kết quả

Các phương trình để dự đoán chính xác động đất cũng có sẵn

Dự báo thiên tai, đại dịch cũng là xác suất

Nhưng chúng ta cần phương trình đơn giản cho khả năng tương thích và bền vững của hôn nhân

Dự đoán khoa học phải chính xác trăm phần trăm, không có sai sót

Nếu không, trong số những người yếu đuối, các nhà chiêm tinh sẽ luôn tạo ra nỗi kinh hoàng

Khoa học không phải là một hộp đen như văn bản tôn giáo được viết cách đây hàng ngàn năm

Hội chứng hộp đen của nhiều nhà khoa học nên rũ bỏ cái tôi của họ

Mọi khả năng và xác suất nên được khám phá là tìm kiếm sự thật

Đơn giản chỉ cần nói một số niềm tin và giá trị là mê tín dị đoan mà không có bằng chứng là thô lỗ

Khoa học trong lĩnh vực tự nhiên và Thiên Chúa luôn hướng đến ngày mai tốt đẹp hơn và tốt đẹp hơn.

Giả thuyết và luật phát triển

Các giả thuyết và quy luật vật lý, siêu hình học đang phát triển theo thời gian

Trước Big-Bang, có thể có các bộ luật khác nhau để chi phối vũ trụ

Nhưng đối với chúng tôi, các định luật vật lý và tự nhiên chỉ đến trong phạm vi thời gian

Thời gian có thể là ảo ảnh hoặc di chuyển từ quá khứ đến hiện tại đến tương lai, quan trọng đối với người quan sát

Không có miền thời gian, chúng tôi không có ý nghĩa gì đối với luật pháp hoặc mục đích bao giờ

Công nghệ đi theo vật lý với sự tiến hóa để có chất lượng cuộc sống tốt hơn cho người thông minh

Nhưng đối với các sinh vật khác trên hành tinh trái đất, vật lý và công nghệ là người ngoài hành tinh

Ngay cả ba người thứ tư, sống dưới đại dương hoặc biển, cũng không có kiến thức về vật lý

Tuy nhiên, họ đang sống thoải mái và hạnh phúc mà không biết bất kỳ toán học nào

Hành trình và cuộc sống của họ cũng chỉ trong phạm vi thời gian mà không cần số liệu thống kê chu đáo

Chúng ta, những sinh vật thông minh đã kiểm soát mọi thứ trong tự nhiên

Nhưng trong quá trình phát triển và tiến bộ, đối với thiên nhiên, chúng tôi không quan tâm

Biết về vũ trụ học và các hạt cơ bản không đủ để chia sẻ cho tất cả mọi người

Nếu không có sự cân bằng sinh thái và môi trường thuận lợi, một ngày nào đó cuộc sống của con người sẽ trở nên hiếm hoi

Hãy để các nhà khoa học cân bằng quá trình tiến hóa với sáng chế, cho tất cả mọi người công bằng.

Giới thiệu về tác giả

Devajit Bhuyan

DEVAJIT BHUYAN, một kỹ sư điện chuyên nghiệp và nhà thơ từ trái tim, thành thạo trong việc sáng tác thơ bằng tiếng Anh và tiếng mẹ đẻ Assamese. Ông là thành viên của Viện Kỹ sư (Ấn Độ), Trường Cao đẳng Nhân viên Hành chính Ấn Độ (ASCI) và là thành viên của "Asam Sahitya Sabha", tổ chức văn học cao nhất của Assam, vùng đất của trà, tê giác và Bihu. Trong 25 năm qua, ông là tác giả của hơn 110 cuốn sách được xuất bản bởi các nhà xuất bản khác nhau bằng hơn 40 ngôn ngữ. Trong số những cuốn sách được xuất bản của ông, khoảng 40 cuốn là sách thơ Assam và 30 cuốn là thơ tiếng Anh. Thơ của Devajit Bhuyan bao gồm mọi thứ có sẵn trên hành tinh của chúng ta và có thể nhìn thấy dưới ánh mặt trời. Ông đã sáng tác thơ từ con người đến động vật đến các vì sao đến các thiên hà đến đại dương đến rừng rậm đến nhân loại đến chiến tranh đến công nghệ đến máy móc và mọi thứ vật chất và trừu tượng có sẵn. Để biết thêm về anh ấy, vui lòng truy cập www.devajitbhuyan.com hoặc xem kênh YouTube của anh ấy @*careergurudevajitbhuyan1986*.

www.ingramcontent.com/pod-product-compliance
Lightning Source LLC
LaVergne TN
LVHW041659070526
838199LV00045B/1119